AF519178

തെലങ്കാന സമരകഥകൾ

thelankana samara kadhakal
historical stories

•

asokan engandiyoor

•

first edition
march 2012

•

typesetting and published
chintha publishers, thiruvananthapuram

•

cover
ambeesh

വിതരണം

ദേശാഭിമാനി ബുക്ക് ഹൗസ്

H O തിരുവനന്തപുരം-695 035
www.chinthapublishers.com
chinthapublishers@gmail.com

ബ്രാഞ്ചുകൾ

ഹെഡ്ഓഫീസ് കുന്നുകുഴി • ഓവർബ്രിഡ്ജ് തിരുവനന്തപുരം • കെ എസ് ആർ ടി സി ബസ് സ്റ്റേഷൻ ആലപ്പുഴ • കെ എസ് ആർ ടി സി ബസ് സ്റ്റേഷൻ എറണാകുളം • മച്ചിങ്ങൽ ലെയ്ൻ തൃശൂർ • ഐ ജി റോഡ് കോഴിക്കോട് • കെ എസ് ആർ ടി സി ബസ് സ്റ്റേഷൻ കോഴിക്കോട് • എൻ ജി ഒ യൂണിയൻ ബിൽഡിങ് കണ്ണൂർ • സെൻട്രൽ ബസ് ടെർമിനൽ കോംപ്ലക്സ് താവക്കര കണ്ണൂർ

CO - 1714 / 2872

തെലങ്കാന സമരകഥകൾ

അശോകൻ ഏങ്ങണ്ടിയൂർ

ചിന്ത പബ്ലിഷേഴ്സ്
തിരുവനന്തപുരം-695 035
വില : ₹ 60

അശോകൻ ഏങ്ങണ്ടിയൂർ

തൃശ്ശൂർ ജില്ലയിലെ ഏങ്ങണ്ടിയൂരിൽ ജനനം. റവന്യൂ/ സിവിൽ സപ്ലൈസ് വകുപ്പിൽ ഉദ്യോഗസ്ഥനായിരുന്നു. കഥാകൃത്ത്, ഉപന്യാസകാരൻ, വിവർത്തകൻ എന്നീ നില കളിൽ പ്രസിദ്ധനാണ്. *അപരാധം, ഉച്ചവെയിൽ, പ്രണയ ത്തിന്റെ നാളുകൾ* (കഥകൾ), *നമ്മുടെ കാലഘട്ടത്തിൽ, എങ്കിലും എന്റെ പ്രിയനാടേ, പ്രണയതീരങ്ങൾ* (നോവൽ), *എഴുത്തിന്റെ പാഥേയം* (ലേഖനങ്ങൾ), *വിപ്ലവപ്പാത* (വിവർ ത്തനം) *കിട്ടുണ്ണിയുടെ കഥ* (ബാലസാഹിത്യം), *എം ടി യുടെ പാദമുദ്രകൾ* (ജീവചരിത്രം) എന്നിവയാണ് പ്രധാന രചനകൾ.

വിലാസം : ഉപാസന,
അയ്യന്തോൾ
തൃശ്ശൂർ.
ഫോൺ : 0487 - 2360068

ഉള്ളടക്കം

ആമുഖം

തെലങ്കാന സമരം നടന്നിട്ട് ഇപ്പോൾ അറുപതുവർഷം കഴിഞ്ഞു. പിന്നീട് ആ രീതിയിലോ അതിനോട് സാദൃശ്യമുള്ള മാതൃകയിലോ ഒരു സായുധസമരം നമ്മുടെ രാജ്യത്ത് നടന്നിട്ടില്ല.

ഭൂവുടമകളുടെ അക്രമങ്ങൾക്കും പിടിച്ചുപറിക്കുമെതിരായി ആരംഭിച്ച തെലങ്കാന സമരം കർഷകരുടെയും ബഹുജനങ്ങളുടെയും സായുധവിപ്ലവമായി പരിണമിക്കുകയാണല്ലോ ഉണ്ടായത്. കലപ്പ പിടിക്കാൻ മാത്രമറിയാമായിരുന്ന പാവപ്പെട്ട കർഷകത്തൊഴിലാളികൾക്ക്, പരിശീലനം ലഭിച്ചപ്പോൾ, അവർ സൈന്യത്തെപ്പോലും അമ്പരപ്പിക്കുന്ന രീതിയിലുള്ള മികച്ച പോരാട്ട വൈദഗ്ധ്യമാണ് കാഴ്ചവെച്ചത്. അവർ പ്രകടിപ്പിച്ച ആത്മധൈര്യവും അർപ്പണമനോഭാവവും വിപ്ലവപ്രസ്ഥാനത്തിന്റെ ചരിത്രത്തിൽ തങ്കലിപികളാൽ രേഖപ്പെടുത്തേണ്ടതാണ്.

ഇന്ത്യൻ സൈന്യം തെലങ്കാന ഗ്രാമങ്ങളിൽ പ്രവേശിച്ച് തെലങ്കാന സമരത്തെ ചോരയിൽ മുക്കിക്കൊല്ലാൻ ശ്രമിച്ചപ്പോൾ, കർഷകജനത മൂന്നുകൊല്ലക്കാലം നടത്തിയ ധീരോദാത്തമായ ആ ചെറുത്തുനിൽപ്പുണ്ടല്ലോ, അതിന് സമാനമായ ഒരു കലാപവും ഇന്ത്യയുടെ ചരിത്രത്തിൽ രേഖപ്പെടുത്താനില്ല.

വിപ്ലവപ്രസ്ഥാനത്തിനുവേണ്ടി ജീവൻ ബലിയർപ്പിക്കാനും ത്യാഗങ്ങൾ അനുഷ്ഠിക്കാനും തയാറായ വിപ്ലവകാരികളുടെ ആവേശോജ്ജ്വലമായ കഥകളാണ് ഈ ഗ്രന്ഥത്തിൽ ഉൾക്കൊള്ളിച്ചിട്ടുള്ളത്.

പി സുന്ദരയ്യ രചിച്ച *തെലങ്കാന സമരം, വിപ്ലവപ്പാത* എന്നീ ഗ്രന്ഥങ്ങളാണ് ഈവിധമുള്ള ഒരു ചരിത്രരചനയ്ക്ക് സഹായകമായത്. സുന്ദരയ്യയുടെ ജീവിതത്തിലെ ചില പ്രധാന സംഭവങ്ങളും ഈ ഗ്രന്ഥത്തിൽ ചേർത്തിട്ടുണ്ട്.

സമരവീഥിയിൽ പിടഞ്ഞുവീണ് മരിച്ച ധീരരായ തെലങ്കാന സഖാക്കൾക്കും, ആ സമരത്തിന്റെ വിപ്ലവനായകനായിരുന്ന സഖാവ് സുന്ദരയ്യക്കും ഞാൻ ഈ ഗ്രന്ഥം സമർപ്പിക്കുന്നു.

ആദരപൂർവം,

അയ്യന്തോൾ, തൃശ്ശൂർ
01-07-2011

അശോകൻ ഏങ്ങണ്ടിയൂർ

സുന്ദരയ്യ
വിപ്ലവത്തിന്റെ സൂര്യതേജസ്സ്

സായുധസമരമടക്കമുള്ള വിപ്ലവതന്ത്രങ്ങളും തൊഴിലാളി-കർഷക മുന്നേറ്റങ്ങളും പാർലമെന്ററി പ്രവർത്തനവും ഏകോപിപ്പിച്ചാൽ മാത്രമേ ഒരു വിപ്ലവപ്പാർട്ടിക്ക് വളർന്നുമുന്നേറാൻ കഴിയൂ എന്ന മാർക്സിസ്റ്റ്-ലെനിനിസ്റ്റ് തത്വം പ്രയോഗത്തിൽ വരുത്തിയ ജനനേതാവായിരുന്നു സുന്ദരയ്യ. സമരവീഥിയിലും സംഘടനാരംഗത്തും പാർലമെന്ററി വേദിയിലും തന്റെ അനിതരസാധാരണമായ കഴിവുകൾ കാഴ്ചവെച്ച് പുരോഗമനവാദികളെയും വിപ്ലവപ്രസ്ഥാനത്തെയും പുളകംകൊള്ളിച്ച അദ്ദേഹത്തിന്റെ ആദർശധീരതയും അർപ്പണമനോഭാവവും നിസ്വാർഥതയും അനാർഭാട ജീവിതവും ഇപ്പോഴത്തെയും വരും കാലങ്ങളിലെയും തലമുറകൾക്ക് ഉത്തേജനം നൽകുന്നതും ആവേശം പകർന്നുനൽകുന്നതുമാണ്. കമ്യൂണിസ്റ്റുകാരും കമ്യൂണിസ്റ്റിതരരും അദ്ദേഹത്തെ സ്നേഹബഹുമാനങ്ങളോടെ അറിഞ്ഞ് ആദരിച്ചു. അസുഖം ബാധിച്ച് അത്യന്തം ആശങ്കാകുലമായ ഒരവസ്ഥയിൽ ആശുപത്രിയിൽ കഴിയുകയായിരുന്ന അദ്ദേഹത്തെ ഇന്ത്യൻ പ്രസിഡന്റായിരുന്ന സഞ്ജീവറെഡ്ഡി കാണാനെത്തുകയും ഇങ്ങനെ ആശ്വസിപ്പിക്കുകയും ചെയ്തു.

"നിങ്ങൾ നാടിനാവശ്യമുള്ള ഒരു നേതാവാണ്. ഇനിയും ഒരു മുപ്പതു വർഷമെങ്കിലും ജനങ്ങൾക്കുവേണ്ടി ജീവിച്ചിരിക്കണം." 1985 മെയ് 19 ന് അദ്ദേഹം അന്തരിച്ചതിനെ തുടർന്ന് വിജയവാഡയിൽ നടന്ന അന്ത്യയാത്രയിൽ പങ്കെടുത്ത അഭൂതപൂർവമായ ജനക്കൂട്ടം. തെലുങ്കു ജനത അദ്ദേഹത്തെ എന്തുമാത്രം സ്നേഹബഹുമാനങ്ങൾ നൽകി ആദരിക്കുന്നു എന്നതിന്റെ ഒരു തെളിവ് മാത്രമായിരുന്നു. *വിപ്ലവപ്പാത* എന്ന അദ്ദേഹത്തിന്റെ ആത്മകഥ ഇറങ്ങിയ ദിവസം തന്നെ പതിനോരായിരം കോപ്പികൾ വിറ്റഴിച്ചുകൊണ്ട് തെലുങ്ക് സാഹിത്യ ചരിത്രത്തിൽ ചരിത്രം സൃഷ്ടിക്കുകയുണ്ടായി. ഇതിനകം ആ ഗ്രന്ഥത്തിന്റെ ഒരുലക്ഷത്തിൽപ്പരം കോപ്പി ആന്ധ്രപ്രദേശിൽ വിറ്റഴിഞ്ഞിട്ടുണ്ട് എന്നാണറിവ്.

ആന്ധ്രപ്രദേശിലെ നെല്ലൂർ ജില്ലയിൽ അലഗാനിപാഡ് ഗ്രാമത്തിലെ ഒരിടത്തരം കർഷക കുടുംബത്തിലാണ് സുന്ദരയ്യ ജനിച്ചത്. നിന്ദിതരും പീഡിതരുമായ ജനങ്ങളുടെ മോചനത്തിനുവേണ്ടി തന്നാൽ ആവുന്നതെന്തും ചെയ്യും എന്ന് ചെറുപ്പം മുതലേ അദ്ദേഹം ദൃഢപ്രതിജ്ഞ എടുത്തിരുന്നു.

അധികാരം സ്വപ്നം കാണാൻപോലും കഴിയാതിരുന്ന ഇരുപതുകളുടെ അന്ത്യത്തിൽ സ്വാതന്ത്ര്യസമരത്തിന്റെ ഉൾവിളികേട്ട് അദ്ദേഹം ദേശീയപ്രസ്ഥാനത്തിലേക്ക് എടുത്തുചാടി. ഗാന്ധിജിയുടെ ഒരു അനുയായിയായിട്ടാണ് രാഷ്ട്രീയജീവിതം ആരംഭിച്ചത്. 1930 ജൂണിൽ അദ്ദേഹം ആദ്യമായി അറസ്റ്റ് ചെയ്യപ്പെട്ടു. പ്രായപൂർത്തിയാവാത്തതിനാൽ അദ്ദേഹത്തെ ദുർഗുണപാഠശാലയിലേക്ക് അയയ്ക്കുകയാണുണ്ടായത്. ജയിൽജീവിതകാലത്ത് അദ്ദേഹം ധാരാളം ഗ്രന്ഥങ്ങൾ വായിച്ചുതീർത്തു. പ്രത്യേകിച്ചും വിപ്ലവകാരികളുടെ ജീവചരിത്രങ്ങൾ. രാജമുൺട്രി ജയിലിൽവെച്ച് അദ്ദേഹം ഭഗത്സിങ്ങിന്റെ കൂട്ടുകാരനായ ശിവശർമയുമായി പരിചയപ്പെട്ടു.

ഗാന്ധിയൻമാർഗത്തിലൂടെ സ്വാതന്ത്ര്യംനേടുക പ്രയാസമാണെന്ന് സുന്ദരയ്യക്ക് ബോധ്യപ്പെടാൻ തുടങ്ങി. എന്നാൽ ഭീകരപ്രവർത്തനത്തിലും അദ്ദേഹത്തിനു വിശ്വാസമുണ്ടായിരുന്നില്ല. സോവിയറ്റ് യൂണിയനിൽ നടന്നതുപോലുള്ള വിപ്ലവകരമായ ഒരു മാറ്റമാണ് ഇന്ത്യയിലും ആവശ്യം എന്ന ശിവശർമയുടെ അഭിപ്രായത്തോട് അദ്ദേഹത്തിന് ആഭിമുഖ്യം തോന്നി. എന്നാൽ, അതിന് അവലംബിക്കേണ്ട മാർഗത്തെക്കുറിച്ച് വ്യക്തമായ ഒരു ധാരണ രൂപപ്പെട്ടിരുന്നില്ല. ആത്മകഥയിൽ അദ്ദേഹം ഇങ്ങനെ എഴുതി:

> 1931 മാർച്ച് 23 ന് ഭഗത്സിങ്ങിനെ ബ്രിട്ടീഷ് സാമ്രാജ്യത്വം തൂക്കിലേറ്റി. തൽക്കാലം ഗാന്ധിജി സമരം നിർത്തിവെച്ചു. പെട്ടെന്ന് ഗാന്ധിജി സമരം നിർത്തിവെച്ചത് എനിക്ക് സഹിക്കാൻ കഴിഞ്ഞില്ല.

പ്രത്യേകിച്ചും ഭഗത്സിങ്ങിനെ തൂക്കിക്കൊന്ന സന്ദർഭത്തിൽ. (*വിപ്ല വപ്പാത*)

ഗാന്ധിജിയുടെ ലളിതജീവിതവും ആത്മാർഥതയും ദീനാനുകമ്പയും സുന്ദരയ്യയെ ആകർഷിച്ചിരുന്നെങ്കിലും ഗാന്ധിയൻ മാർഗത്തിലുള്ള വിശ്വാസം അനുദിനം കുറഞ്ഞുവരികയായിരുന്നു. ഈ ഘട്ടത്തിലാണ് സുന്ദരയ്യ അമീർഹൈദർഖാനെ കണ്ടുമുട്ടുന്നത്. ആരാണ് ഈ അമീർ ഹൈദർഖാൻ?

ഒരു സാധാരണ നാവിക തൊഴിലാളിയായി ജീവിതം തുടങ്ങി, വിപ്ല വപ്രസ്ഥാനത്തിൽ ഏർപ്പെട്ട്, കമ്യൂണിസ്റ്റുകാരനായി, പിന്നീട് കമ്യൂണിസ്റ്റ് പാർട്ടി കെട്ടിപ്പടുക്കുന്നതിനായി ജീവിതം ഉഴിഞ്ഞുവെച്ച അസാധാരണ വ്യക്തിയായിരുന്നു അമീർഹൈദർഖാൻ. മീറത്ത് ഗൂഢാലോചന കേസിൽ അറസ്റ്റുചെയ്യപ്പെടുമായിരുന്ന അമീർഹൈദർഖാൻ അതിവിദഗ്ധമായി പൊലീസിന്റെ കണ്ണുവെട്ടിച്ച് കപ്പലിൽ കള്ളയാത്ര ചെയ്ത് ഇന്ത്യയിൽ നിന്ന് യൂറോപ്പിലെത്തി, കമ്യൂണിസ്റ്റ് ഇന്റർനാഷണലുമായി ബന്ധപ്പെട്ട് ആശയവിനിമയം നടത്തി. കുഴപ്പം നിറഞ്ഞ ആ കാലഘട്ടത്തിൽ കമ്യൂ ണിസ്റ്റ് ഇൻർനാഷണൽ ഇന്ത്യയിലേക്കയച്ച പ്രമുഖരിൽ ഒരാളായിരുന്നു ഈ വിപ്ലവകാരി. അമീർ ഹൈദർഖാൻ കമ്യൂണിസ്റ്റ് പ്രസ്ഥാനം കെട്ടിപ്പ ടുക്കാൻ തെക്കേ ഇന്ത്യയിൽനിന്നു കണ്ടെടുത്ത യുവനേതാവായിരുന്നു സുന്ദരയ്യ. തന്റെ ആത്മകഥയിൽ സുന്ദരയ്യ ഇങ്ങനെ രേഖപ്പെടുത്തിയിരി ക്കുന്നു.

> ബാംഗ്ലൂരിൽ പഠിച്ചുകൊണ്ടിരുന്ന കാലത്ത് കംബംപാട്ടി സത്യനാ രായണ ഒരു കത്തുവഴി എന്നെ ഒരു വാർത്ത അറിയിച്ചു. "അമീർ ഹൈദർഖാൻ നിന്നെ കാണാൻ ആഗ്രഹിക്കുന്നു. പാർട്ടിയുടെ സെക്രട്ടറിയായിരിക്കാൻ അദ്ദേഹം തുടർച്ചയായി നിന്നോടാവശ്യ പ്പെട്ടിരിക്കുകയാണ്. കമ്യൂണിസ്റ്റുകാരാകുന്നതിൽ അഭിമാനമുള്ള വരാണല്ലോ നമ്മൾ. നീ അമീർഹൈദർഖാനെ കണ്ട് സംസാരിച്ച ശേഷം ഒരു തീരുമാനമെടുക്കണം. അനുഭവസമ്പന്നനായ നീ മുഴു വൻ സമയവും കമ്യൂണിസ്റ്റുപാർട്ടിയുടെ പ്രവർത്തനത്തിനായി വിനിയോഗിക്കണം.
>
> അമീർഹൈദർഖാൻ തന്റെ ആത്മകഥയിൽ ബാംഗ്ലൂരിൽവെച്ച് എന്നെക്കണ്ട് സംസാരിച്ചതായി രേഖപ്പെടുത്തിയിട്ടുണ്ട്. എന്തോ എനിക്കിപ്പോൾ അക്കാര്യം ഓർമിക്കാൻ കഴിയുന്നില്ല. എന്നാൽ, അദ്ദേഹം എഴുതിയതുപോലെ ഞാൻ കമ്യൂണിസ്റ്റു പ്രസ്ഥാന ത്തിന്റെ ഒരുറച്ച വിശ്വാസിയായി മാറി. പാർട്ടിക്കുവേണ്ടി മാത്രം പ്രവർത്തിക്കാനും തീരുമാനമെടുത്തു.

കമ്യൂണിസ്റ്റ് പാർട്ടിയുടെ ആദ്യനാളുകളിലെ പ്രവർത്തനം അത്യന്തം ക്ലേശകരമായിരുന്നു. തുടർച്ചയായി ഗൂഢാലോചനക്കേസുകൾ സൃഷ്ടിച്ച് കമ്യൂണിസ്റ്റുകാരെ ഉന്മൂലനാശം ചെയ്യാനുള്ള ശ്രമത്തിലായിരുന്നു ബ്രിട്ടീഷ് ഗവൺമെന്റ്. പെഷവാർ ഗൂഢാലോചനക്കേസ്, കാൺപൂർ ഗൂഢാലോചനക്കേസ്, പിന്നീടുവന്ന മീററ്റ് ഗൂഢാലോചനക്കേസ് എന്നിവയിലൂടെ അറിയപ്പെടുന്ന എല്ലാ കമ്യൂണിസ്റ്റുകാരെയും അനുഭാവികളെയും സാമ്രാജ്യത്വം ഇരുമ്പഴിക്കുള്ളിലാക്കി. ഇനി പെട്ടെന്നൊന്നും കമ്യൂണിസ്റ്റുകാർ തലപൊക്കില്ല എന്നിവർ സ്വപ്നംകണ്ടു. ഉപ്പുസത്യഗ്രഹം തുടങ്ങിയ ഗാന്ധിയൻ രീതിയിലുള്ള സമരങ്ങളെക്കുറിച്ച് ജയിലിനകത്തും പുറത്തുമുള്ള സഖാക്കൾ തമ്മിൽ അഭിപ്രായ വ്യത്യാസങ്ങൾ നിലനിന്നിരുന്നു. ഈ ഘട്ടത്തിലാണ് അമീർഹൈദർഖാൻ സുന്ദരയ്യയെ കണ്ടെത്തുന്നതും പാർട്ടിയുടെ ഉത്തരവാദപ്പെട്ട ചുമതലകൾ ഏൽപ്പിക്കുന്നതും.

ഗാന്ധിജിയുടെ ശിഷ്യനായി ദേശീയപ്രസ്ഥാനത്തിലൂടെ വളർന്ന് കോൺഗ്രസ്, കോൺഗ്രസ്-സോഷ്യലിസ്റ്റ് പാർട്ടി, കമ്യൂണിസ്റ്റ് പാർട്ടി, കമ്യൂണിസ്റ്റ് മാർക്സിസ്റ്റ് എന്നിങ്ങനെയായിരുന്നു അദ്ദേഹത്തിന്റെ രാഷ്ട്രീയ ജീവിതം. ഇന്ത്യയിൽ കമ്യൂണിസ്റ്റ് പ്രസ്ഥാനം കെട്ടിപ്പടുക്കുന്നതിനുവേണ്ടിയുള്ള ത്യാഗോജ്വലമായ ഒരു ജീവിതമായിരുന്നു അദ്ദേഹത്തിന്റേത്. സംഘടനാരംഗത്തും പാർലമെന്ററി വേദിയിലും അദ്ദേഹം നൽകിയ നിർണായക സംഭാവനകൾ അവിസ്മരണീയമാണ്. അതുകൊണ്ടുതന്നെ 1964 ൽ സി പി ഐ (എം) രൂപംകൊണ്ടപ്പോൾ അതിന്റെ സെക്രട്ടറി ആര് എന്ന് രണ്ടുവട്ടം ചിന്തിക്കേണ്ടിവന്നില്ല. 1977 വരെ അദ്ദേഹം ആ സ്ഥാനത്ത് തുടർന്നു. ഇന്ത്യൻ കമ്യൂണിസ്റ്റ് പാർട്ടിയുടെ ചരിത്രത്തിലെ ഏറ്റവും ഉജ്വലമായ അധ്യായമാണല്ലോ തെലങ്കാന സമരം. വർഷങ്ങളോളം നീണ്ടുനിന്ന ആ സമരത്തിൽ ആയുധമെടുത്ത് ശത്രുക്കൾക്കെതിരെ പോരാടിക്കൊണ്ടിരുന്ന കർഷക ഗറില്ലകൾക്ക് ദൈനംദിനമുള്ള പ്രായോഗിക നേതൃത്വം നൽകിയത് സുന്ദരയ്യയാണ്. മുന്നോട്ടുള്ള ഓരോ കാൽവെയ്പിലും പ്രസ്ഥാനത്തിന്റെ അംഗീകാരം കൂടി ആവശ്യമാണല്ലോ. അതുനേടി, പതിനായിരക്കണക്കിനുള്ള പോരാളികളുടെയും ലക്ഷക്കണക്കിനുള്ള കർഷകരുടെയും ആരാധ്യനായ നേതാവ് എന്ന സ്ഥാനം അദ്ദേഹം പിടിച്ചുപറ്റി.

തെലങ്കാന സമരത്തിലൂടെ മുപ്പത് ലക്ഷം ജനങ്ങൾ അധിവസിക്കുന്ന 3000 ഗ്രാമങ്ങളെ മോചിപ്പിച്ച് ഗ്രാമസ്വരാജ് സ്ഥാപിക്കാൻ കർഷകരെ പ്രാപ്തരാക്കിയ സുന്ദരയ്യയുടെ നേതൃത്വപാടവത്തെയും ആദർശധീരതയെയും എത്രതന്നെ വാഴ്ത്തിയാലും അധികമാകില്ല. ചൈനീസ് വിപ്ലവമാതൃകയിലാണ് തെലങ്കാന സമരം പടർന്നുകയറിയത്. ഇന്ത്യൻപട്ടാളം ഹൈദരാബാദിൽ പ്രവേശിക്കുകയും നൈസാം കീഴടങ്ങുകയും ചെയ്തതോടെ തെലങ്കാന സമരത്തിന്റെ ഗതിമാറി. നൈസാമിനെതിരായി തുടങ്ങിയ സമരം നെഹ്റു ഗവൺമെന്റിനെതിരായി തിരിച്ചുവിടേണ്ടി വന്ന

പ്പോൾ കമ്യൂണിസ്റ്റ് പാർട്ടിയിൽ അഭിപ്രായ വ്യത്യാസങ്ങൾ തലപൊക്കി. സായുധ സമരരംഗത്ത് പോരാടിക്കൊണ്ടിരുന്ന ഗറില്ലകളടക്കമുള്ളവർക്ക് സമരം പിൻവലിക്കേണ്ടി വന്നപ്പോൾ ഗവൺമെന്റിൽനിന്ന് ഒത്തുതീർപ്പ് എന്ന നിലയ്ക്ക് ലഭിക്കേണ്ട ചില വാഗ്ദാനങ്ങളുണ്ട്. അത് ലഭിക്കാതെ എങ്ങനെ സമരം പിൻവലിക്കും? പാർട്ടിയിലെ അഭിപ്രായ വ്യത്യാസത്തിന്റെ രൂക്ഷതയും അനുഭാവപൂർണമല്ലാത്ത ഇന്ത്യൻ ഗവൺമെന്റിന്റെ സമീപനവും മൂലം സംജാതമായ ഒരു പ്രത്യേക സാഹചര്യത്തിൽ 1951 ഒക്ടോബർ 21 ന് തെലങ്കാന സമരം പിൻവലിച്ചു.

തെലങ്കാന സമരത്തിനു ശേഷം നടന്ന 1952ലെ ആദ്യ പൊതുതിരഞ്ഞെടുപ്പിൽ ആന്ധ്രപ്രദേശിൽ അഭൂതപൂർവമായ വിജയമാണ് കമ്യൂണിസ്റ്റ് പാർട്ടി നേടിയത്. ആന്ധ്രയിൽ നിന്നുമാത്രം 17 എം പി മാർ തിരഞ്ഞെടുക്കപ്പെട്ടു. ഇന്ത്യൻ പാർലമെന്റിൽ എ കെ ജി യോടൊപ്പം സുന്ദരയ്യയും കമ്യൂണിസ്റ്റ് ഗ്രൂപ്പിന്റെ നേതാവായി. ഇരുസഭകളിലെയും സംയുക്ത നേതാവായി സുന്ദരയ്യയെയാണ് പാർട്ടി നിയോഗിച്ചത്.

കേരളത്തിലെ കമ്യൂണിസ്റ്റ് പാർട്ടിയുടെ ചരിത്രവുമായി സുന്ദരയ്യയ്ക്ക് അഭേദ്യമായ ബന്ധമുണ്ട്. തെക്കെ ഇന്ത്യയിൽ കമ്യൂണിസ്റ്റ് പാർട്ടി കെട്ടിപ്പടുക്കാനുള്ള ചുമതല സുന്ദരയ്യയെയാണ് പാർട്ടി നേതൃത്വം ഏൽപ്പിച്ചിരുന്നത്. 1935ൽ അദ്ദേഹം പി കൃഷ്ണപിള്ള, ഇ എം എസ്, എൻ സി ശേഖർ എന്നിവരുമായി ബന്ധപ്പെട്ടു. ഇവരെല്ലാം അന്ന് അറിയപ്പെടുന്ന കോൺഗ്രസുകാരും കോൺഗ്രസ് - സോഷ്യലിസ്റ്റ് പാർട്ടിക്കാരുമായിരുന്നു. ഔദ്യോഗികമായി 1940 ലാണ് ഇവർ കമ്യൂണിസ്റ്റ് പാർട്ടിയിൽ ചേർന്നതെങ്കിലും ഇക്കാലമത്രയും അവരുമായി നിരന്തരബന്ധം പുലർത്തി പാർട്ടി രേഖകളും നയപരിപാടികളും ചർച്ച ചെയ്ത് ഇവരെ ഉറച്ച കമ്യൂണിസ്റ്റുകാരാക്കി മാറ്റിയെടുക്കുന്നതിൽ സുന്ദരയ്യ വഹിച്ച പങ്ക് ചെറുതല്ല. കേരളത്തിലെ പാർട്ടി നേതാക്കളുടെ സംഘടനാ പാടവത്തെയും പാർട്ടി പ്രവർത്തകരുടെ സമരപാരമ്പര്യത്തെയും കുറിച്ച് അദ്ദേഹം തന്റെ ആത്മകഥയിൽ പ്രത്യേകം എടുത്ത് പറയുന്നുണ്ട്. കയ്യൂർ സഖാക്കളെ തൂക്കിലേറ്റുന്നതിന് ഏതാനും ദിവസംമുമ്പ് പി സി ജോഷിയോടൊപ്പം കേരളത്തിൽ വന്നതും ജയിലിൽ പോയി ധീരരായ ആ സഖാക്കളെ കാണാനിടയായതും രോമാഞ്ചത്തോടെ അദ്ദേഹം തന്റെ ആത്മകഥയിൽ രേഖപ്പെടുത്തിയിട്ടുണ്ട്.

> കേരളത്തിലെ പാർട്ടിയുടെ മേൽനോട്ടം വഹിക്കാൻ നിയോഗിക്കപ്പെട്ട ഒരാളെന്ന നിലയിൽ ഈ സംഭവം (കയ്യൂർ) എന്നെ കൂടുതൽ കൂടുതൽ ഉത്തേജിതനാക്കി. വിപ്ലവത്തിന്റെ കൊടിക്കൂറ പാറിച്ചുകൊണ്ട് മുന്നേറുന്ന കേരളത്തിലെ കമ്യൂണിസ്റ്റ് പാർട്ടി എന്നിൽ കൂടുതൽ മതിപ്പും പ്രതീക്ഷയുമുളവാക്കി. (*വിപ്ലവപ്പാത*)

സുന്ദരയ്യ നമുക്ക് പകർന്നുതന്ന വിപ്ലവചൈതന്യത്തെക്കുറിച്ച് ഇ എം എസ് ഇങ്ങനെ ഉദ്ബോധിപ്പിക്കുന്നു.

> കമ്യൂണിസ്റ്റുകാർ അവരെ വിട്ടുപിരിഞ്ഞവരെക്കുറിച്ചുള്ള ഓർമകൾ വെറുതെ അയവിറക്കുക മാത്രമല്ല ചെയ്യുക. അവർ ജീവിച്ചിരുന്ന കാലത്ത് അവരിൽനിന്നും ഉൾക്കൊണ്ട വിപ്ലവപൈതൃകം മുന്നോട്ടുകൊണ്ടുപോകുമെന്നും വരുംതലമുറയ്ക്കായി കൈമാറുമെന്നും പ്രതിജ്ഞയെടുക്കുന്നു. അന്തരിച്ച അവരുടെ പൈതൃകം അവരോടൊപ്പം അവഗണനയിൽ തള്ളുന്നത് അവരോട് കാട്ടുന്ന അങ്ങേയറ്റത്തെ അനാദരവായിരിക്കും.

1

തെലങ്കാന സമരത്തെ ആളിക്കത്തിച്ച തീപ്പൊരി

നിർബന്ധിച്ച് ജോലി ചെയ്യിക്കുന്നതും അന്യായപ്പിരിവുകൾ നടത്തുന്നതുമായ 'വെട്ടി' വ്യവസ്ഥ, ചെറുകിട കർഷകരിൽനിന്നുള്ള നിർബന്ധമായ ലെവിസംഭരണം, അന്യായമായ ഒഴിപ്പിക്കൽ, അടിമപ്പണി എന്നിവക്കെതിരായി അസംതൃപ്തരായ കൃഷിക്കാരും കർഷകത്തൊഴിലാളിയും ആന്ധ്രമഹാസഭയുടെയും, കമ്യൂണിസ്റ്റ് പാർട്ടിയുടെയും കീഴിൽ അണിനിരന്നുകൊണ്ട് തെലങ്കാന ഗ്രാമങ്ങളിൽ സമരങ്ങൾ നടത്തിവരികയായിരുന്നു. നൈസാം ഗവൺമെന്റിന്റെ ദുർഭരണവും അവരുടെ കൂലിപ്പടയായ റസ്സാക്കർമാരുടെ ഗുണ്ടായിസവും ജന്മിമാരുടെ തോന്നിവാസങ്ങളും ഇനിയും സഹിച്ചുകൊണ്ടു മുന്നോട്ടുപോകാൻ സാധാരണ ജനങ്ങൾ പോലും ഒരുക്കമായിരുന്നില്ല. ആന്ധ്രമഹാസഭയാകട്ടെ അതിന്റെ ആദ്യകാല പ്രവർത്തനങ്ങളായ പ്രമേയങ്ങൾ പാസാക്കുക തുടങ്ങിയ മിതവാദപ്രവർത്തനങ്ങൾ മാറ്റിവെച്ചുകൊണ്ട് കുറെക്കൂടി തീവ്രമായി പ്രവർത്തിക്കാൻ മുന്നോട്ടുവരികയായിരുന്നു. യുദ്ധാനന്തരം, 1946 ൽ പട്ടിണിയും കഷ്ടപ്പാടും ജനങ്ങളിൽ അതൃപ്തിയുടെ വേലിയേറ്റം സൃഷ്ടിച്ചതായിരുന്നു ആ കാലഘട്ടം. പൂഴ്ത്തിവെയ്പും കരിഞ്ചന്തയും നാട്ടിൽ വ്യാപകമായിത്തീർന്നു. തെലങ്കാന ഗ്രാമങ്ങളിൽ സംഘത്തിന്റെ കീഴിൽ കർഷകസമരങ്ങൾ പൊട്ടിപ്പുറപ്പെട്ടു. അതിനെ ഇനിയും തടഞ്ഞുനിർത്താൻ ഒരു ശക്തിക്കും കഴിയാതെവന്നു. ജമീന്ദാർമാരും വൻകിട ജന്മിമാരും പൂഴ്ത്തിവെച്ചിരുന്ന നെല്ലറകൾ തുറപ്പിക്കാനുള്ള ശ്രമങ്ങൾ ശക്തമായി. ഒഴിപ്പിക്കലിനെതിരായി കൃഷിക്കാർ സംഘത്തിന്റെ കീഴിൽ ചെറുത്തുനിൽപ്പാരംഭിച്ചു.

സംഘ (ആന്ധ്രമഹാസഭ)ത്തിന്റെ നേതാക്കളെ വധിക്കാൻ രാമചന്ദ്രറെഡ്ഡി എന്ന ദേശ്മുഖ് ഒരു ശ്രമം നടത്തി. എന്നാൽ ഈ ഗൂഢാലോ

ചന മണത്തറിഞ്ഞ സംഘം പ്രവർത്തകർ ഗുണ്ടാനേതാവിനെ വേണ്ട വിധം കൈകാര്യം ചെയ്തു. ഇതിന്റെപേരിൽ അയാൾ സംഘം പ്രവർത്തകരെ കള്ളക്കേസിൽ കുടുക്കി. റവന്യൂ ഉദ്യോഗസ്ഥരെ സ്വാധീനിച്ച് നിർബന്ധപ്പിരിവ് തുടങ്ങി. ഗുണ്ടകളുടെ ആക്രമണങ്ങൾമൂലം സംഘം പ്രവർത്തകർ പൊറുതിമുട്ടി. എന്തും സംഭവിക്കാമെന്ന നിലയിലേക്ക് കാര്യങ്ങൾ നീങ്ങുകയായിരുന്നു.

ഈ സമയത്താണ് ദേശ്മുഖ് രാമചന്ദ്രറെഡ്ഡിയുടെ ദുഷ്ടലാക്ക്, സംഘം പ്രവർത്തകയും ഒരു അലക്കുതൊഴിലാളിയുമായ ഐലമ്മയുടെ നേർക്ക് തിരിച്ചുവിട്ടത്. അവരുടെ വസ്തുവകകൾ ബലമായി കയ്യടക്കാനായിരുന്നു ദേശ്മുഖിന്റെ ശ്രമം. ഐലമ്മയുടെ ഭൂമി കയ്യടക്കുവാനും വിളകൊയ്യുവാനും ശ്രമിച്ച ഗുണ്ടകളെ സംഘം പ്രവർത്തകർ ലാത്തികൊണ്ട് അടിച്ചോടിച്ചു. അന്നുരാത്രിതന്നെ ജന്മിക്ക് പാദസേവ ചെയ്യാനായി പൊലീസ് സംഘം സ്ഥലത്തെത്തി. സംഘടിതരായ സംഘം പ്രവർത്തകരുടെ മനോബലത്തെ തകർക്കാൻ പൊലീസിനു കഴിഞ്ഞില്ല! ഐലമ്മയുടെ വീട്ടിൽ ശേഖരിച്ചുവെച്ചിരുന്ന ധാന്യം പിടിച്ചെടുക്കുവാനും ധൈര്യപ്പെട്ടില്ല! ഈ സംഭവം ജനങ്ങളിൽ ആവേശമുണർത്തി.

അടുത്തദിവസം പ്രഭാതത്തിൽ ബി നരസിംഹറെഡ്ഡിയടക്കമുള്ള ആറുനേതാക്കളെ പൊലീസ് അറസ്റ്റു ചെയ്തു. അവരെ ഭീകരമായി മർദിച്ചു. ആസനത്തിൽ മുളകുപൊടിയിട്ടും തല അടുപ്പിൽ പൂഴ്ത്തിയും ദാഹിച്ചുവലഞ്ഞ സംഘം നേതാക്കളുടെ വായിൽ മൂത്രമൊഴിച്ചും പൊലീസ് ഭീകരതാണ്ഡവമാടി. ഇത്രയെല്ലാം ചെയ്തിട്ടും ഐലമ്മയുടെ വിള പിടിച്ചെടുക്കാൻ അവർക്കു കഴിഞ്ഞില്ല!

ഈ പരാജയം വിഷ്ണൂർ ദേശ്മുഖിനെ തളർത്തി. വീണ്ടും സംഘം നേതാക്കളെ വധിക്കാനുള്ള ശ്രമങ്ങളുണ്ടായി. ഇതിനെ ചെറുത്തപ്പോൾ കള്ളക്കേസുകളുടെ ഒരു പരമ്പരതന്നെ ഉണ്ടായി. ഉടനെ 15 പേരെ അറസ്റ്റുചെയ്തുകൊണ്ടുപായി. സംഘം ഇടപെട്ട് ഇവരെ ജാമ്യത്തിലിറക്കി. ജന്മിയുടെ ഏതു നീചപ്രവൃത്തിക്കും പൊലീസ് കൂട്ടുനിന്നു. എന്നാൽ കൃഷിക്കാരും കർഷകത്തൊഴിലാളികളും സംഘത്തെ തങ്ങളുടെ സംരക്ഷകരായി മുന്നിൽക്കണ്ടു! സംഘം ആപ്പീസുകൾ ജനങ്ങളെക്കൊണ്ടു നിറഞ്ഞു! അവ അഭയകേന്ദ്രങ്ങളായി!

1946 ജൂലൈ മാസം 6-ാം തീയതി കുടിച്ചു കൂത്താടിയ ജന്മിയുടെ ഗുണ്ടകൾ നേതാക്കളുടെ വീടുകൾക്കുനേരെ കല്ലേറു നടത്തി. ഇതിൽ പ്രതിഷേധിച്ചു ജനങ്ങൾ ജാഥയായി ജമീന്ദാറുടെ വീടിനെ ലക്ഷ്യമാക്കി നീങ്ങി. ദൊഡ്ഡികൊരയ്യയാണ് ജാഥ നയിച്ചിരുന്നത്. അവരുടെ പക്കൽ ലാത്തികളുണ്ടായിരുന്നു. കല്ലും കവണയുമുണ്ടായിരുന്നു — ആത്മസംരക്ഷണത്തിനായി മാത്രം.

ജാഥ ജമീന്ദാരുടെ വീടിനു സമീപമെത്തിയപ്പോൾ അവിടവിടെ ഒളിച്ചിരുന്നിരുന്ന ജന്മിയുടെ കൂലിപ്പട ജാഥക്കുനേരെ വെടിവെച്ചു. കൊമരയ്യ തൽക്ഷണം മരിച്ചുവീണു! അദ്ദേഹത്തിന്റെ മൂത്ത സഹോദരനും

കാലിൽ വെടിയുണ്ട ഏറ്റ് നിലത്തുവീണു. ജനങ്ങൾ പ്രകോപിതരാകാൻ ഇതിൽ കൂടുതൽ എന്തുവേണം?

"ചോരക്കു ചോര" അവർ വിളിച്ചു പറഞ്ഞു. ജനങ്ങൾ അത് ഏറ്റു വിളിച്ചു. സമീപഗ്രാമങ്ങളിൽ നിന്നും ജനങ്ങൾ ഓടിയെത്തി. അവിടം മനുഷ്യസമുദ്രമായി മാറി. പ്രതികാരചിന്ത അവരിൽ ആളിക്കത്തി. അതേ ജനങ്ങൾ ജമീന്ദാറുടെ വീടിനു തീകൊളുത്തി. ഇതിനെ ചെറുക്കാൻ ഇരുനൂറോളം ഗുണ്ടകളും ജന്മിയുടെ മകനായ ബാബുറാവുവും മുന്നോട്ടുവന്നെങ്കിലും വമ്പിച്ച ജനക്കൂട്ടത്തിനു മുന്നിൽ അവർ നിസ്സഹായരായി.

ഇതിനിടയിൽ അറുപതോളം പേരടങ്ങുന്ന പൊലീസ് സംഘമെത്തി. സ്ഥിതിഗതികൾ പന്തിയല്ലെന്ന് തോന്നിയ പൊലീസ്, ജനങ്ങളെ അനുനയിപ്പിക്കാനാണ് ശ്രമിച്ചത്. വെടിവെച്ച ഗുണ്ടകളുടെ പേരിൽ ഉടൻ നടപടികൾ സ്വീകരിക്കാമെന്നും ജനങ്ങൾ കലാപമുണ്ടാക്കാതെ പിരിഞ്ഞു പോകണമെന്നും അവർ ആവർത്തിച്ച് അഭ്യർഥിച്ചു. ജനക്കൂട്ടം ഇതുവിശ്വസിച്ചു പിരിഞ്ഞുപോയി.

എന്നാൽ പൊലീസുകാർ സംഘത്തിന്റെ നേതാക്കളുടെ പേരിൽ ആറു കള്ളക്കേസുകൾ ചമച്ചുണ്ടാക്കുകയാണുണ്ടായത്. പോസ്റ്റുമോർട്ടത്തിനുശേഷം ദൊഡ്ഡി കൊമരയ്യയുടെ മൃതദേഹം വലിയൊരു ജനാവലിയുടെ സാന്നിധ്യത്തിൽ സംസ്കരിച്ചു. ഇനിയും ജന്മിമാരുടെ നീചശ്രമങ്ങൾക്കും ഗുണ്ടായിസത്തിനും മുന്നിൽ കീഴടങ്ങുകയില്ല എന്നു ജനങ്ങൾ അവിടെവച്ചു പ്രതിജ്ഞയെടുത്തു. അങ്ങനെ, ആറിക്കിടന്നിരുന്ന കർഷകസമരം, കൊമരയ്യയുടെ രക്തസാക്ഷിത്വം ആളിക്കത്തിച്ചു. അഞ്ചു വർഷക്കാലം നീണ്ടുനിന്ന ഐതിഹാസികമായ തെലങ്കാന സായുധസമരം ഇവിടെ നിന്നാരംഭിക്കുന്നു.

2

പത്മ എന്ന ധീരവനിത

ഇതൊരു സംഭവ കഥയാണ്. 1950 കളുടെ ആദ്യത്തിൽ ആന്ധ്രപ്രദേശിലെ തെലങ്കാന ഗ്രാമങ്ങളിലൊന്നിൽ നടന്ന ഒരു സംഭവകഥ. ജന്മിമാരുടെയും നൈസാമിന്റെയും റസ്സാക്കർമാരുടെയും (നൈസാമിന്റെ ഗുണ്ടാപ്പട) അക്രമങ്ങളും കൊള്ളരുതായ്മകളും പീഡനങ്ങളും സഹിക്കാൻ കഴിയാതെ തെലങ്കാനയിലെ കൃഷിക്കാർ പി സുന്ദരയ്യയുടെ നേതൃത്വത്തിൽ സായുധസമരം തുടങ്ങിക്കഴിഞ്ഞിരുന്നു. ആവേശകരായ ആ സമരത്തിൽ ആകൃഷ്ടരായി നിരവധി ചെറുപ്പക്കാർ ഈ സമരത്തിലെ മുന്നണിപ്പോരാളികളായി. ധാരാളം സ്ത്രീകളും പടച്ചട്ടയണിഞ്ഞുകൊണ്ട് സമരം ചെയ്യാൻ മുന്നോട്ടുവന്നു.

മുന്നേറിക്കൊണ്ടിരുന്ന ഈ സമരത്തെ തടയാൻ കഴിയാതെ വന്നപ്പോൾ കാണുന്നിടത്ത് വെച്ച് സമരസഖാക്കളെ വെടിവെച്ചു കൊല്ലുവാനാണ് ഗവൺമെന്റ് മുതിർന്നത്. ആന്ധ്രപ്രദേശിലെ ഇപ്പോഴത്തെ ദോൺഗീർ താലൂക്കിൽ ബ്രഹ്മനപള്ളി ഗ്രാമത്തിലെ ഒരു ജന്മി കുടുംബത്തിൽ ജനിച്ച കോദണ്ഡരാമി റെഡ്ഡി അതിവേഗം തെലങ്കാനാ സമരത്തിലെ ഒരു ഗറില്ലാ നേതാവായി ഉയർന്നു. റസ്സാക്കർ ക്യാമ്പുകളിലും പൊലീസ് ക്യാമ്പുകളിലും മിന്നൽ ആക്രമണങ്ങൾ നടത്തിയ കോദണ്ഡരാമി റെഡ്ഡി എതിരാളികൾക്ക് ഒരു പേടിസ്വപ്നമായി. അപ്രതീക്ഷിതമായി ഒരു ദിവസം അദ്ദേഹത്തെ പട്ടാളം വളഞ്ഞുപിടിച്ച് വെടിവെച്ചു കൊന്നു.

ഈ കോദണ്ഡരാമി റെഡ്ഡിയുടെ ഭാര്യയാണ് പത്മ. സാമ്പത്തിക ശേഷിയുള്ള ഒരു വലിയ ജന്മിയുടെ മകളാണ് പത്മ. തെലങ്കാന സമരം ആരംഭിക്കുന്നതിന് മുമ്പുതന്നെ ഇവരുടെ വിവാഹം കഴിഞ്ഞിരുന്നു. കോദണ്ഡരാമി റെഡ്ഡി മരണപ്പെട്ടതിനു ശേഷം ഒരു കൊച്ചുകുഞ്ഞിനോടും

സഹോദരനോടുമൊപ്പം പത്മ തെലങ്കാന സമരം നയിക്കുന്ന ഒരു ഒളിവുസങ്കേതത്തിൽ ചെന്നു ചേർന്നു. ഏതൊരു പ്രസ്ഥാനത്തിനു വേണ്ടിയാണോ തന്റെ ഭർത്താവ് മരണപ്പെട്ടത് ആ പ്രസ്ഥാനത്തിനുവേണ്ടി തന്റെ ഇനിയുള്ള ജീവിതം പ്രയോജനപ്പെടുത്തും എന്ന് പത്മ പ്രതിജ്ഞ ചെയ്തു. രക്തസാക്ഷിയായ കോദണ്ഡരാമി റെഡ്ഡിയുടെ ഭാര്യ എന്ന നിലയിൽ അത്യന്തം ആദരവോടെയാണ് ഒളിസങ്കേതത്തിലെ എല്ലാവരും പത്മയോട് പെരുമാറിപ്പോന്നത്.

ചെറിയ പ്രായം. സുന്ദരിയായ പത്മ ജീവിതം ആരംഭിക്കാൻ തുടങ്ങിയിട്ടേ ഉണ്ടായിരുന്നുള്ളൂ. അപ്പോഴേയ്ക്കും വിധവയായിക്കഴിഞ്ഞു. തെലങ്കാന സമരത്തിന്റെ മുന്നേറ്റത്തിനിടയിൽ ഭർത്താക്കന്മാർ മരിച്ച ധാരാളം യുവതികളുടെ പ്രശ്നങ്ങൾ പൊന്തിവന്നു. ഓരോ പ്രശ്നവും പഠിച്ച് സന്ദർഭത്തിനൊത്തവിധം കൈകാര്യം ചെയ്യുവാൻ നേതാക്കൾ ശ്രമിച്ചു. ഒരു പുനർവിവാഹമാണ് പത്മയ്ക്ക് എന്തുകൊണ്ടും നല്ലത് എന്ന് പാർട്ടി സഖാക്കൾ മനസിലാക്കി. ആദ്യമാദ്യം പത്മ ഇതിൽ തീരെ വിമുഖയായിരുന്നു. എന്നാൽ തെലങ്കാന സമരനേതാക്കളായ സുന്ദരയ്യയും രവിനാരായണ റെഡ്ഡിയും ഒരു പുനർവിവാഹത്തിന് പത്മയെ ആവർത്തിച്ച് പ്രേരിപ്പിച്ചുകൊണ്ടിരുന്നു.

ക്രമേണ സാങ്കേതിക വിഭാഗത്തിലെ അംഗവും പ്രമുഖ സംഘാടകരിൽ ഒരാളുമായ ഒരു സഖാവിനോട് പത്മ ക്രമേണ അടുത്തു. പാർട്ടി സഖാക്കൾ ഇതിൽ സന്തോഷിച്ചു. അങ്ങനെ ഒളിസങ്കേതത്തിൽവെച്ച് അവർ വിവാഹിതരായി.

കുറച്ചു മാസങ്ങൾക്കുശേഷം ശത്രുസംഘത്തിന്റെ ശല്യം വർധിച്ചു തുടങ്ങി. സങ്കേതങ്ങളെ കുറേയൊക്കെ ഒഴിവാക്കുവാനും വനപ്രദേശത്തേക്ക് ഒരു നല്ല വിഭാഗം സാങ്കേതിക കാഡർമാരെ പറഞ്ഞയക്കാനും നഗര സാങ്കേതിക വിഭാഗത്തെ ആവശ്യത്തിനു മാത്രമായി കുറയ്ക്കുവാനും സംഘാടകർ തീരുമാനിച്ചു. അപ്പോഴേക്കും സഖാവ് പത്മയ്ക്ക് പ്രസവ സമയമടുത്തു തുടങ്ങിയിരുന്നു.

പത്മയുടെ സഹോദരന്മാർ ധനികരായ ഭൂവുടമകളാണ്. ഈ സമയത്ത് പത്മയ്ക്ക് അവരുടെ സഹായം ലഭിച്ചിരുന്നെങ്കിൽ അതൊരു അനുഗ്രഹമായിരുന്നു. പാർട്ടി സഖാക്കൾ രഹസ്യമായി അതന്വേഷിക്കുകയും ചെയ്തിരുന്നു. പത്മയെയോ കുഞ്ഞിനേയോ കൂട്ടിക്കൊണ്ടുപോവാൻ അവർ തയാറായിരുന്നില്ല. സാമൂഹിക നിന്ദയെ ഭയപ്പെട്ടുകൊണ്ടാണ് അവർ അതിന് വിസമ്മതിച്ചത്. എന്നാൽ കുഞ്ഞിനെ കൂടാതെ പത്മ മാത്രം വരികയാണെങ്കിൽ അവർ സംരക്ഷണം ഏറ്റെടുക്കുവാൻ തയാറായിരുന്നു. താൽക്കാലികമായി പത്മയെയും കുഞ്ഞിനെയും വിട്ടുപോവാൻ നിർബന്ധിതനായ ഭർത്താവിന് ഇത് വളരെ മനോവേദന ഉളവാക്കി. പത്മയുടെ സങ്കടം നമുക്ക് ഊഹിക്കാൻ കഴിയുമല്ലോ?

ഒളിവു പ്രവർത്തനത്തിന് നേതൃത്വം നൽകുന്നവർ ഈ പ്രശ്നം എങ്ങനെ പരിഹരിക്കും എന്നറിയാതെ വിഷണ്ണരായി. പത്മയും ഭർ

ത്താവും അവർക്ക് അത്രമാത്രം പ്രിയപ്പെട്ടവരായിരുന്നു. അവസാനം, ഈ പ്രശ്നം എല്ലാറ്റിന്റേയും മേൽനോട്ടം വഹിക്കുന്ന സഖാവ് സുന്ദരയ്യയുടെ മുൻപാകെ എത്തി. ഒരു കാര്യത്തിലും പതറാത്ത ആ മഹാനായ നേതാവുപോലും പതറിപ്പോയി. അവസാനം, അത്യന്തം മനോവേദനയോടെ അദ്ദേഹം പത്മക്ക് ഒരു എഴുത്തെഴുതി. ആ എഴുത്തിലെ സാരാംശം ഇതായിരുന്നു.

കുഞ്ഞിനെ ഏതെങ്കിലും അജ്ഞാത സ്ഥലത്തോ അല്ലെങ്കിൽ ആശുപത്രിയിൽ തന്നെയോ ഉപേക്ഷിച്ചുപോകണം. അതോടെ പാർട്ടിയുടെ ഭീമമായ ചുമതല കുറഞ്ഞുകിട്ടും. (ഇതെല്ലാം ഒളിവിലിരുന്നുകൊണ്ടാണല്ലോ ചെയ്തു തീർക്കേണ്ടത്.) അങ്ങനെയാണെങ്കിൽ ഭർത്താവിന് സമാധാനത്തോടെ വനപ്രദേശങ്ങളിലെ പ്രവർത്തനങ്ങളിൽ മുഴുകാൻ കഴിയും. കുഞ്ഞിനോടൊപ്പമല്ലാത്തതുകൊണ്ട് സഹോദരന്മാർ പത്മയുടെ സംരക്ഷണ ചുമതല ഏറ്റെടുക്കുകയും ചെയ്യും.

അത്യന്തം വേദനാജനകമായിരുന്നു ആ എഴുത്തെങ്കിലും പ്രസ്ഥാനത്തിനുവേണ്ടി സഖാവ് സുന്ദരയ്യ അങ്ങനെ എഴുതി.

പത്മ സമ്മതിക്കുകയും ചെയ്തു.

കണ്ണിലെ കൃഷ്ണമണിപോലെ കാത്തുസൂക്ഷിക്കുന്ന പ്രസ്ഥാനത്തിനുവേണ്ടി, സ്വയം കുഞ്ഞുങ്ങൾ വേണ്ടെന്നുവെച്ച മഹാനായ നേതാവാണ് ആവശ്യപ്പെട്ടിരിക്കുന്നത്!

കുഞ്ഞുങ്ങളില്ലാതിരുന്ന ദമ്പതികൾക്ക് പത്മ തന്റെ കുഞ്ഞിനെ കൊടുത്തു! അതോടെ ഭർത്താവ് വനപ്രദേശത്തേക്ക് യാത്രയായി. പത്മ സഹോദരന്മാരുടെ സമീപത്തേക്കും പോയി.

തെലങ്കാന സമരം ഈ സംഭവത്തിനുശേഷം ഒരു കൊല്ലം കഴിഞ്ഞപ്പോൾ പിൻവലിച്ചു! സമരം പിൻവലിച്ചതോടെ ചെറിയൊരു വരുമാനം വച്ചുകൊണ്ട് അവർ ലളിതമായ ഒരു കുടുംബ ജീവിതം ആരംഭിച്ചു. തന്റെ മൂത്ത മകനെ ഒപ്പം താമസിപ്പിക്കാൻ പത്മക്ക് കഴിഞ്ഞില്ല. അങ്ങനെ ചെയ്താൽ ധനിക കുടുംബാംഗമായിരുന്ന അച്ഛന്റെ സ്വത്തുക്കൾ മകന് നഷ്ടപ്പെടുമായിരുന്നു. രണ്ടാമത്തെ മകനാകട്ടെ അമ്മയെ കാണാൻപോലും പറ്റുമായിരുന്നില്ല. എന്തെന്നാൽ അവന്റെ പുതിയ രക്ഷിതാക്കൾ അവൻ തങ്ങൾക്ക് നഷ്ടപ്പെടുമോ എന്നു ഭയന്നിരുന്നു. പിഞ്ചുകുട്ടിയായിരുന്ന കാലത്തു തന്നെ നിഷ്കരുണം ഉപേക്ഷിച്ചവളല്ലേ തന്റെ അമ്മയെന്ന് മകന് തോന്നുമോ എന്ന് പത്മയും ഭയപ്പെട്ടിരുന്നു. ഒരമ്മയുടെ ദുഃഖം അമ്മയ്ക്കു മാത്രമേ മനസിലാക്കാൻ കഴിയൂ. ഒരു സ്ത്രീയ്ക്കും സാധിക്കാത്ത അത്ര മഹത്തായ ത്യാഗത്തിലൂടെ അനശ്വരയായ ഒരു സ്ത്രീയാണ് പത്മ. തെലങ്കാന സമരം എത്രയെത്ര മഹത്തായ ത്യാഗങ്ങളാണ് ആവശ്യപ്പെട്ടത്. സ്ത്രീകൾ പോലും സന്ദർഭത്തിനൊത്ത് ഉയർന്നു! സഖാവ് പത്മ അത്തരത്തിലുള്ളവരുടെ ഒരു ഉത്തമോദാഹരണമാണ്.

സഖാവ് പത്മയെക്കുറിച്ച് സുന്ദരയ്യയുടെ ആത്മകഥയിലെ ഈ ഭാഗം കൂടി വായിച്ചാലേ ഈ കഥ പൂർത്തിയാകുകയുള്ളൂ:

> കുടുംബബന്ധം അറ്റുപോകുന്ന രീതിയിലുള്ള ഒരു നിർദേശം നൽകിയ എനിക്ക് പിന്നീട് പലപ്പോഴും കുറ്റബോധം തോന്നിയിട്ടുണ്ട്. സ്വന്തം കുഞ്ഞിനെ ഉപേക്ഷിക്കേണ്ടിവന്ന ഒരമ്മയുടെ ദുഃഖം പലപ്പോഴും എന്റെ മനസിനെ ചുട്ടുനീറ്റിയിട്ടുണ്ട്. എന്നോടുള്ള സ്നേഹബഹുമാനങ്ങൾകൊണ്ടും പ്രസ്ഥാനത്തോടുള്ള അദമ്യമായ കൂറുകൊണ്ടും എല്ലാ വേദനകളും കടിച്ചമർത്തിക്കൊണ്ട് സഖാവ് പത്മ ചെയ്ത ത്യാഗം വിപ്ലവ പ്രസ്ഥാനത്തിന് ഒരുകാലത്തും മറക്കാനാവില്ല.
>
> ..... ആ അമ്മയെയും കുഞ്ഞുങ്ങളെയും മറ്റുവല്ല സ്ഥലത്തും കൊണ്ടുപോയി താമസിപ്പിച്ചിരുന്നെങ്കിൽ തന്റെ ഭർത്താവ് മടങ്ങി വന്ന ശേഷം അവർക്കൊന്നിച്ചു കഴിയാമായിരുന്നില്ലേ? പലപ്പോഴും ഈ ചോദ്യം ഞാൻ എന്നോടുതന്നെ ചോദിക്കുമായിരുന്നു. എന്നാൽ അന്ന് വർഷങ്ങൾ നീണ്ടുനിൽക്കുന്നതും അന്തിമ മോചനം പ്രതീക്ഷിക്കുന്നതുമായ ഒരു സായുധ സമരത്തെക്കുറിച്ചായിരുന്നല്ലോ ഞങ്ങൾ ചിന്തിച്ചത്.
>
> ..... ഗുരുതരമായി രോഗം ബാധിച്ച് 1965 ജൂലൈ മാസത്തിൽ ഞാൻ ഓസ്മാനിയ ആശുപത്രിയിൽ കിടക്കുമ്പോൾ എന്റെ സ്ഥിതി ആശങ്കാജനകമാണെന്ന് കാണിച്ച് പത്രങ്ങളിൽ വാർത്ത വന്നു. ഏറെ സുഹൃത്തുക്കളും സഖാക്കളും എന്നെ കാണാൻ വന്നു. ഒരു ദിവസം എന്നെ കാണാൻ വന്നത് പത്മയാണ്. അവർ എന്നെ അഭിവാദ്യം ചെയ്തു. അത് എനിക്ക് വലിയ ആശ്വാസമായിരുന്നു. പിന്നിട്ടുപോയ പതിനഞ്ചുവർഷങ്ങൾക്കു മുമ്പ് ഒരു ദിവസം ഞാൻ പത്മയോട് നിർദേശിച്ചത് എന്തെന്ന് ഓർത്തുപോയി. പത്മ ഇപ്പോഴും നമ്മുടെ പ്രസ്ഥാനത്തിനോട് സ്നേഹവും ബഹുമാനവും പുലർത്തി ജീവിക്കുന്നു.

3

മൂഡിറെഡ്ഢി വെങ്കിടാചലം

തെലങ്കാന പ്രക്ഷോഭത്തിലെ ധീരയോദ്ധാക്കളുടെ അർപ്പണ മനോഭാവവും ത്യാഗസന്നദ്ധതയും ആദർശധീരതയും പുതിയ ഒരു സമൂഹം വാർത്തെടുക്കാനുള്ള മുന്നോട്ടുള്ള പ്രയാണത്തിൽ ഇന്നത്തേയും വരുംകാലങ്ങളിലേയും തലമുറകൾക്ക് ഉത്തേജനം നൽകുന്നതും ഊർജം പകർന്നു നൽകുന്നതുമാണ്. സാഹസികതയുടെയും അർപ്പണമനോഭാവത്തിന്റെയും ഉത്തമ ഉദാഹരണമായിരുന്നു സഖാവ് വെങ്കിടാചലത്തിന്റെ ജീവിതം.

കാഴ്ചയിൽ വെറുമൊരു സാധാരണക്കാരൻ. വലിയ വിദ്യാഭ്യാസമോ പരിഷ്കാരമോ ഒന്നുംതന്നെ വെങ്കിടാചലത്തിനുണ്ടായിരുന്നില്ല. ആന്ധ്രപ്രദേശിൽ ഗുണ്ടൂർ ജില്ലയിലെ ഒരു ഇടത്തരം കർഷക കുടുംബാംഗം. കൃഷിപ്പണിയും കന്നുകാലികളെ മേയ്ക്കലുമായിരുന്നു വെങ്കിടാചലത്തിന്റെ പ്രധാന ജോലി. ജന്മിമാരുടെയും അവരുടെ കൂലിപ്പടയായ റസ്സാക്കർമാരുടെയും അക്രമങ്ങൾക്ക് നേരെ നിസ്സംഗതയോടെ നോക്കി നിൽക്കാൻ ഈ ചെറുപ്പക്കാരന് കഴിഞ്ഞില്ല. ക്രമേണ അയാൾ ആന്ധ്ര മഹാസഭയോടും കമ്യൂണിസ്റ്റ് പാർട്ടിയോടും അടുത്തു. കൃഷ്ണാനദിയുടെ തീരത്ത് ജനിച്ചുവളർന്ന ഈ കർഷക യോദ്ധാവ് ഒരു നീന്തൽവിദഗ്ധൻ കൂടിയായിരുന്നു. ഇടയ്ക്ക് കൃഷ്ണാനദി സംഹാരരൂപിണിയായി കരകവിഞ്ഞൊഴുകുമ്പോൾ പോലും അദ്ദേഹം നദിയിലിറങ്ങി നീന്തും. നദീതീരത്തു ജനിച്ചുവളർന്നവർക്ക് ഇതെല്ലാം വലിയ ഒരു കാര്യമായി തോന്നിയേക്കില്ല.

ആന്ധ്രപ്രദേശിൽ 1948-49 കാലത്ത് കോൺഗ്രസ് ഭരണം നീചമായ കടന്നാക്രമണങ്ങളും ഭീകരതയും അഴിച്ചുവിട്ടപ്പോൾ സ്വയരക്ഷയ്ക്കുവേണ്ടി യുക്തമായ നടപടികൾ സ്വീകരിക്കാൻ പാർട്ടി ആഹ്വാനം ചെയ്തു. പൊലീസിന്റെ ഭീകരതയെ ചെറുത്തുനിൽക്കാൻ കഴിയാതെ

വന്നപ്പോൾ വനപ്രദേശങ്ങളിലേക്ക് പിന്തിരിയാനും പൊരുതുന്ന തെലങ്കാന ഗറില്ല സ്ക്വാഡുകളുമായി അണിചേരാനും പാർട്ടി ആഹ്വാനം ചെയ്തു.

കൃഷ്ണാനദിയുടെ മറുകരയിലുള്ള ഗറില്ലാ സ്ക്വാഡുകളുടെ നിലനിൽപ്പ് ആപൽക്കരമായി എന്നു മനസിലാക്കിയപ്പോൾ അവരെ സുരക്ഷിതമായ മറ്റൊരു സങ്കേതത്തിലേക്ക് എത്തിക്കാനുള്ള ചുമതല സഖാവ് വെങ്കിടാചലത്തെയാണ് പാർട്ടി ഏരിയാ നേതാവ് ഏൽപ്പിച്ചിരുന്നത്. അതിനു കഴിയുന്ന ഒരു യോദ്ധാവാണ് വെങ്കിടാചലമെന്ന് ഏരിയാ നേതാവിന് ബോധ്യമുണ്ടായിരുന്നു.

1951 ജൂലൈ മാസത്തിലൊരുനാൾ, തെലങ്കാന സമരത്തിന് ഊർജം പകർന്നു നൽകിയിരുന്ന സഖാവ് സുന്ദരയ്യ, കൃഷ്ണാനദിക്കടുത്തുള്ള ദേവൻകൊണ്ട കുന്നുകൾക്ക് സമീപത്തുള്ള ഒരു ഒളിസങ്കേതത്തിൽവെച്ച് ഏരിയാ നേതാക്കളുമായി സമരത്തിന്റെ ഗതിവിഗതികൾ സംസാരിച്ചുകൊണ്ടു നിൽക്കേ, നൂറുവാര അകലെ സാധാരണ വേഷവിധാനമുള്ള ഒരു യുവാവ് രണ്ട് ലംബാഡി യുവാക്കളുമായി (ആദിവാസികളിൽപ്പെട്ട ഒരു വിഭാഗം) സംസാരിച്ചു നിൽക്കുന്നതു കണ്ടു. പാർട്ടിയുമായി ബന്ധമുള്ളവരേ അവിടെ എത്തിച്ചേരുകയുള്ളൂ എന്നു മനസിലാക്കിയതിനാൽ കൂടുതൽ ശ്രദ്ധിച്ചില്ല. ഒരു മണിക്കൂറിനു ശേഷം ആ യുവാവും ലംബാഡികളും അവിടം വിട്ടുപോയി. അന്നു വൈകീട്ട് ഏരിയാ നേതാവ് വളരെ വിഷണ്ണനായി സുന്ദരയ്യയുടെ അടുത്തു ചെന്ന് ആ ദുഃഖവാർത്ത അറിയിച്ചു. സഖാവ് സുബ്ബയ്യ (വെങ്കിടാചലത്തെ ആ പേരിലാണ് അവിടെ അറിയപ്പെടുക) കൃഷ്ണാനദിയിലെ ശക്തമായ ഒഴുക്കിൽ ഒലിച്ചുപോയി.

തുടർന്ന് അദ്ദേഹം ആ സംഭവം വിവരിച്ചു. ലംബാഡി നീന്തൽ വിദഗ്ധരോടൊപ്പം നിന്നിരുന്നത് സഖാവ് വെങ്കിടാചലമായിരുന്നു. കൃഷ്ണാനദി മുറിച്ചു കടക്കാനുള്ള പ്ലാനാണ് അവർ ആസൂത്രണം ചെയ്തിരുന്നത്. എന്നാൽ കൃഷ്ണാനദി മുറിച്ചുകടക്കാൻ തീരുമാനിച്ച ദിവസം പെട്ടെന്ന് വെള്ളപ്പൊക്കമുണ്ടായി. കുന്നിൻമുകളിൽ നിന്ന് താഴോട്ട് ആർത്തലച്ചൊഴുകുന്ന ആ ഭാഗത്ത് കൃഷ്ണാനദി മുറിച്ചുകടക്കുന്നത് ആപൽക്കരമാണെന്ന് ലംബാഡി യുവാക്കൾ ഉപദേശിച്ചുവെങ്കിലും, അതു വകവെച്ചുകൊടുക്കാൻ വെങ്കിടാചലം ഒരുക്കമായിരുന്നില്ല. ഒന്നുകിൽ വെള്ളപ്പൊക്കം കുറയുന്നതുവരെ ഏതാനും ദിവസം കാത്തിരിക്കുക, അല്ലെങ്കിൽ അമ്പത് നാഴിക താഴോട്ടു നടന്ന് സമതലത്തുവെച്ച് നദി മുറിച്ചു കടന്ന് വീണ്ടും അമ്പത് നാഴിക പുറകോട്ടു നടന്ന് സ്ക്വാഡുകളുമായി സന്ധിക്കുക. ഇപ്രകാരം ചെയ്താൽ ഉദ്ദേശിച്ച സമയത്ത് നിർദിഷ്ട സ്ഥലത്ത് എത്തിച്ചേരാൻ കഴിയില്ല. എത്തിച്ചേരാത്തപക്ഷം ചുറ്റും വളഞ്ഞുകൊണ്ടിരിക്കുന്ന ഗറില്ലാ സ്ക്വാഡിനെ ശത്രുക്കൾ വകവരുത്തുമെന്ന് ഉറപ്പാണ്. എന്തുചെയ്തും പാർട്ടിയുടെ നിർദേശം നടപ്പിൽ വരുത്തണം. ജീവൻ പണയപ്പെടുത്തിയും ആ പത്തംഗ സ്ക്വാഡിനെ

രക്ഷിച്ചേ പറ്റൂ. വെങ്കിടാചലത്തിന്റെ ആ ദൃഢനിശ്ചയത്തിനു വഴങ്ങി ആ ലംബാഡി സഖാക്കളും അദ്ദേഹത്തോട് സഹകരിക്കാൻ തയാറായി.

അവർ ഉണങ്ങിയ മരക്കൊമ്പുകളിൽ മുറുകെ പിടിച്ചുകൊണ്ട് സംഹാര രൂപിണിയായ കൃഷ്ണാനദിയിലേക്ക് എടുത്തു ചാടി. വെങ്കിടാചലം ഒഴുക്കിൽപ്പെട്ടു. മറ്റു രണ്ടുപേരും കരയിലേക്ക് പിന്തള്ളപ്പെട്ടു. ശക്തമായ നീരൊഴുക്കിൽ ആണ്ടുപോകുന്നത് നിസ്സഹായരായി നോക്കിനിൽക്കാനേ ലംബാഡി യുവാക്കൾക്കു കഴിഞ്ഞുള്ളൂ. മരക്കൊമ്പിൽ പിടിച്ച് മുന്നോട്ടു കുതിക്കുകയും അതോടെ മുന്നോട്ട് ഒഴുകിപ്പോകുകയും ചെയ്യുന്ന തങ്ങളുടെ സഖാവിനെ തീരത്തുകൂടെ കുറേനേരം അവർ പിന്തുടർന്നു. പിന്നീട് ദൃഷ്ടിയിൽ നിന്നും മറഞ്ഞപ്പോൾ അവർ നിരാശരായി തിരിച്ചുപോന്നു. ഇപ്പോഴത്തെ നാഗാർജുനസാഗർ അണക്കെട്ടിന്റെ മുകളിൽ അൽപ്പം അകലെയായി ഈ സ്ഥലം കാണാം. ലംബാഡി സഖാക്കൾ ഈ ദുഃഖവാർത്ത ഏരിയാനേതാവിനെ അറിയിച്ചു. സഖാക്കളെല്ലാം പരിഭ്രാന്തരായി; ദുഃഖിതരുമായി.

നാലു ദിവസങ്ങൾക്കുശേഷം രക്ഷപ്പെടുത്തിയ സ്ക്വാഡിനേയും നയിച്ചുകൊണ്ട് വെങ്കിടാചലം പാർട്ടി സഖാക്കളുടെ മുന്നിൽവന്നുനിന്ന്, അവരെ അഭിവാദ്യം ചെയ്തപ്പോൾ അവർക്കുണ്ടായ സന്തോഷം എങ്ങനെ പറഞ്ഞറിയിക്കും? അവർ സഖാവിനെ കെട്ടിപ്പുണർന്നു. താൻ ചെയ്തത് വലിയ കാര്യമൊന്നുമല്ലെന്ന മട്ടിൽ വെങ്കിടാചലം സംഭവം വിവരിക്കുകമാത്രം ചെയ്തു!

എന്നാൽ സ്ക്വാഡ് നേതാവ് ആട്ടിടയന്മാരിൽ നിന്നും അറിഞ്ഞ ശരിയായ വിവരം ഇങ്ങനെ അറിയിച്ചു.

സഖാവ് വെങ്കിടാചലം നിരാശനായി നീന്തുകയായിരുന്നു. അദ്ദേഹത്തിന് മനഃസാന്നിധ്യം നഷ്ടപ്പെട്ടിട്ടില്ല എന്നതു ശരിതന്നെ. എന്നാൽ അദ്ദേഹം ഒരു ചെറിയ മലരിയേയും ചുഴിയേയും സമീപിച്ചുകൊണ്ടിരിക്കുമ്പോൾ അദ്ദേഹത്തിന്റെ അവസാനശ്രമത്തെ ഉത്തേജിപ്പിച്ചുകൊണ്ട് കരയിൽനിന്ന് ആട്ടിടയന്മാർ ഉറക്കെ ശബ്ദമുണ്ടാക്കി. അവർ തങ്ങളുടെ വസ്ത്രങ്ങൾകൊണ്ട് കെട്ടിയുണ്ടാക്കിയ കയറും, പിടിക്കാനായി ഒരു വലിയ മുളയും എറിഞ്ഞുകൊടുത്തു. വെങ്കിടാചലം നീന്തിച്ചെന്ന് ആ മുളയിൽ പിടികൂടുകയും അങ്ങനെ രക്ഷപ്പെടുകയും ചെയ്തു! മലരിയും ചുഴിയും നിറഞ്ഞ നീരൊഴുക്കിൽ അദ്ദേഹം വലിച്ചു താഴ്ത്തപ്പെട്ടിരുന്നെങ്കിലോ?

ആട്ടിടയന്മാരോട് കാര്യങ്ങൾ വിശദീകരിക്കാൻ വെങ്കിടാചലം ശ്രമിച്ചുനോക്കി. അതിനെ തടഞ്ഞുകൊണ്ട് അവർ പറഞ്ഞു:

"താങ്കൾ ആരാണെന്ന് ഞങ്ങൾക്കറിയാം. താങ്കൾ ഒരു കമ്യൂണിസ്റ്റ് ഗറില്ലയാണ്. ഇങ്ങനെ വെള്ളംകയറിയ സമയത്ത് കൃഷ്ണാനദി മുറിച്ചു കടക്കാൻ ഒരു തെലങ്കാന ഗറില്ല മാത്രമേ ധൈര്യപ്പെടുകയുള്ളൂ. ഇന്നത്തെ രാത്രി ഇവിടെ വിശ്രമിക്കൂ." എന്നാൽ സഖാവ് വെങ്കിടാചലം സമ്മതിച്ചില്ല! ഉടനെ ചെയ്യാനുള്ള ജോലിയുടെ ഗൗരവം അദ്ദേഹം വ്യക്ത

മാക്കി. രാത്രിമുഴുവൻ മാർച്ച് ചെയ്ത് പരിപാടിയിട്ടിരുന്ന സ്ക്വാഡ് കേന്ദ്ര ത്തിലെത്തുകയും അപകടത്തിൽപ്പെടുമായിരുന്ന സ്ക്വാഡിനെ കണ്ടെത്തി രക്ഷപ്പെടുത്തുകയും ചെയ്തു. ഇതായിരുന്നു തെലങ്കാന യിലെ കമ്യൂണിസ്റ്റ് ഗറില്ലയുടെ ഉത്തരവാദിത്വബോധം! (ഇന്നും കമ്യൂണി സ്റ്റുകാരന് ഈ ഉത്തരവാദിത്വബോധം വേണം; മനസ്സാന്നിധ്യവും).

1951 ഒക്ടോബറിൽ തെലങ്കാന സമരം പിൻവലിച്ചു. വാക്കാലുള്ള വാഗ്ദാനങ്ങളുണ്ടായിരുന്നെങ്കിലും പൊതുമാപ്പൊന്നും പ്രഖ്യാപിച്ചിരു ന്നില്ല. ആ വാഗ്ദാനങ്ങളുടെ പിൻബലത്തോടെ സ്ഥിതിഗതികൾ നോക്കി പ്രവർത്തിക്കാൻ പാർട്ടി നിർദ്ദേശം നൽകി. അതനുസരിച്ച് കമ്യൂണിസ്റ്റ് പാർട്ടി സ്ഥാനാർഥികളെ വിജയിപ്പിക്കേണ്ടതിന്റെ പ്രാധാന്യത്തെക്കുറിച്ച് ഒളിവിൽനിന്നും പുറത്തുവന്ന് ഗ്രാമത്തിലെ ജനക്കൂട്ടത്തോട് പ്രസംഗി ക്കുകയായിരുന്നു വെങ്കിടാചലം. പൊടുന്നനെ പൊലീസ് ജനക്കൂട്ടത്തെ വളഞ്ഞ് വെങ്കിടാചലത്തെ വെടിവെച്ചുകൊന്നു! വാക്കും പ്രവൃത്തിയും തമ്മിലുള്ള അന്തരം!

4

അൽവാലാ നരസിംഹ റെഡ്ഢി

മലബാറിലെ ഗ്രാമപ്രദേശങ്ങളിൽ വയലുകളിൽ ഞാറു നടുമ്പോഴും കള പറിക്കുമ്പോഴും സ്ത്രീ തൊഴിലാളികൾ തച്ചോളി ഓതേനന്റെയും ആരോമൽ ചേകവരുടെയും ചന്തുവിന്റെയും മറ്റു സാഹസിക കഥകളെക്കുറിച്ചുള്ള നാടൻപാട്ടുകൾ പാടാറുണ്ട്. അതുപോലെ ആന്ധ്രപ്രദേശിൽ തെലങ്കാനഗ്രാമങ്ങളിലെ കർഷകത്തൊഴിലാളികൾ അൽവാല നരസിംഹറെഡ്ഡിയെക്കുറിച്ചും ഗോപാലറെഡ്ഡിയെക്കുറിച്ചും അവരുടെ ധീരസാഹസിക കഥകളെക്കുറിച്ചുമുള്ള നാടൻപാട്ടുകൾ പാടുന്നു. തലമുറകളിൽ നിന്ന് ഒരു 'മിത്തായി' ഇതു തലമുറകളിലേക്ക് പകരുന്നു. പഴയ തലമുറയിലെ ജീവിച്ചിരിപ്പുള്ളവർ ഉൾപ്പുളകത്തോടെയാണ് ആ കഥകൾ ഇന്നും ഓർത്തുപോകുന്നത്. ഈയിടെ പ്രസിദ്ധീകരിച്ച *വീര തെലങ്കാന എന്റേത്* എന്ന കവിതാ സമാഹാരത്തിലും നരസിംഹ റെഡ്ഡിയെക്കുറിച്ച് പരാമർശിക്കുന്ന കവിതകളുണ്ട്.

ആന്ധ്രപ്രദേശിലെ നൽഗൊണ്ട ജില്ലയിലെ അൽവാല ഗ്രാമത്തിൽ ജനിച്ച നരസിംഹറെഡ്ഡി ചെറുപ്പം മുതലേ വിപ്ലവ പ്രസ്ഥാനത്തിൽ ആകൃഷ്ടനായി. കമ്യൂണിസ്റ്റ് പാർട്ടിയിൽ ചേർന്ന് അതിവേഗം സമർഥനായ ഒരു ഗറില്ല സ്ക്വാഡ് ലീഡറായി ഉയർന്നു. ജന്മിമാർക്കും എന്തിന് റസ്സാക്കർമാർക്കുപോലും അദ്ദേഹം ഒരു പേടിസ്വപ്നമായിരുന്നു. പൊടുന്നനെ പൊലീസ് ക്യാമ്പുകൾ ആക്രമിച്ച് നാശനഷ്ടങ്ങൾ വരുത്തി, അവരുടെ തോക്കുകളും മറ്റ് ആയുധങ്ങളും പിടിച്ചെടുക്കുവാൻ അദ്ദേഹം അസാമാന്യ ധൈര്യവും കഴിവും പ്രകടിപ്പിച്ചിരുന്നു. മർദകവീരന്മാരും ക്രൂരന്മാരുമായിരുന്ന ജന്മികളെ അടിച്ചോടിക്കുന്നതിൽ അദ്ദേഹം യാതൊരു ദയയും കാണിച്ചിരുന്നില്ല. നരസിംഹ റെഡ്ഡി സ്ഥലത്തുണ്ട് എന്നു മനസിലാക്കിയാൽ ഇത്തരം ജന്മിമാർ കിട്ടിയതെല്ലാം എടുത്തുപെറുക്കി നഗരങ്ങളിൽ പോയി രക്ഷപ്പെടും. വളരെ നാളത്തേക്ക് അവർ പിന്നീട് തങ്ങ

ളുടെ ഗ്രാമങ്ങളിലേക്ക് തിരിഞ്ഞുനോക്കുവാൻ പോലും ധൈര്യപ്പെട്ടിരുന്നില്ല.

പട്ടാള ലോറികളുടെയും ക്യാമ്പുകളുടെയും നേരെ അദ്ദേഹം കനത്ത ആക്രമണങ്ങൾ നടത്തി. നൈസാം സൈന്യം കീഴടങ്ങുകയും, ഇന്ത്യൻ പട്ടാളം തെലങ്കാന ഗ്രാമങ്ങളിൽ ക്യാമ്പുചെയ്യാനും തുടങ്ങിയപ്പോൾ അവരും നരസിംഹ റെഡ്ഡിയെന്ന തങ്ങളുടെ ശക്തനായ എതിരാളിയെക്കുറിച്ച് ബോധവാന്മാരായിരുന്നു. പിന്നീട് അദ്ദേഹത്തെ ഏതുവിധവും വളഞ്ഞുപിടിക്കാനായി അവരുടെ ശ്രമം.

ഇതു മനസിലാക്കിയ നരസിംഹറെഡ്ഡി ഇടയന്മാരുടെ വേഷത്തിൽ മേഞ്ഞുനടക്കുന്ന കന്നുകാലികളോടൊപ്പം ദണ്ഡിനദിയുടെ തീരപ്രദേശങ്ങളിൽ ഒളിവിൽ കഴിഞ്ഞു. എന്നാൽ പൊലീസ് അതിവേഗം ഇതു മണത്തറിഞ്ഞു. അവർ വലിയ സന്നാഹങ്ങളോടെ ദണ്ഡിനദിയുടെ തീരപ്രദേശം വളഞ്ഞു. പൊലീസ് വലയം ഭേദിക്കാനാവില്ലെന്നു മനസിലാക്കിയ റെഡ്ഡി അവർക്കുനേരെ വെടിവെയ്പാരംഭിച്ചു. പൊലീസ് തിരികെയും. വെടിവെയ്പിൽ പേടിച്ചോടിയ ഒരു എരുമ ചവിട്ടി റെഡ്ഡിയുടെ കാൽപ്പാദം ചതഞ്ഞരഞ്ഞു. നടക്കുവാനോ ഓടുവാനോ കഴിയാത്തവിധമുള്ള ദുസ്സഹമായ വേദന. എങ്കിലും റെഡ്ഡി വിട്ടുകൊടുക്കുവാൻ തയാറായില്ല. വെടിശബ്ദവും മിന്നലും മൂലം പേടിച്ചോടിയ ഒരു എരുമ നദിയിൽച്ചാടി നീന്താൻ തുടങ്ങി. അതിന്റെ വാലിൽപ്പിടിച്ച് അവശനായ റെഡ്ഡിയും ദണ്ഡിനദി മുറിച്ചുകടന്നു. പൊലീസിന് അദ്ദേഹത്തെ പിടികൂടാൻ കഴിഞ്ഞില്ല! കാലിലെ വ്രണത്തിന് രഹസ്യമായ ചികിത്സ നടത്തിക്കൊണ്ട് സമീപത്തുള്ള ഒരു ഗ്രാമത്തിൽ കഴിയുകയായിരുന്നു അദ്ദേഹം. ഏതോ ഒരു ദ്രോഹി അദ്ദേഹത്തെ ഒറ്റിക്കൊടുത്തു. പൊലീസ് ആ ഗ്രാമം വളഞ്ഞു. മുടന്തൻ കാലുമായി റെഡ്ഡി ഓടിരക്ഷപ്പെടാൻ ശ്രമിച്ചു. പക്ഷേ അതിൽ അദ്ദേഹത്തിന് വിജയിക്കാനായില്ല. പൊലീസ് തുരുതുരാ വെടിവയ്ക്കാൻ തുടങ്ങി. റെഡ്ഡിയും തിരികെ വെടിവെച്ചു. കീഴടങ്ങുന്ന പ്രശ്നമില്ല. എന്നാൽ പൊലീസിന്റെ വെടിയേറ്റു മരിക്കാനും ആ വിപ്ലവകാരി തയാറായിരുന്നില്ല. അദ്ദേഹം കൂടുതൽ ആലോചിച്ചുനിന്നില്ല. അവസാനത്തെ വെടിയുണ്ട സ്വന്തം നെഞ്ചിലേക്കു പായിച്ചു!

പൊലീസ് തന്നെ കൊന്നു എന്ന് അഹങ്കരിക്കണ്ട! ഈ രംഗത്തിന് സാക്ഷിയായ പൊലീസ് മേധാവിയും പട്ടാളക്കമാന്ററും സ്തബ്ധരായി നിന്നുപോയി.

ഇത്ര ധീരതയോ?

അതെ അയാൾ കമ്യൂണിസ്റ്റ് ഗറില്ലയാണ്. ഇത്രയും ധീരതയും സാഹസികതയും ഒരു കമ്യൂണിസ്റ്റ് ഗറില്ലയ്ക്ക് മാത്രമേ പ്രദർശിപ്പിക്കാൻ കഴിയൂ.....

റെഡ്ഡി പിടഞ്ഞുമരിച്ചുകൊണ്ടിരിക്കുകയായിരുന്നു. കേട്ടറിഞ്ഞ് ഭൂപ്രഭുക്കൾ അവിടെയെത്തി. ആദ്യമൊന്നു സംശയിച്ചുനിന്നു. അയാൾ ശരിക്കും മരിച്ചുവോ? മരിച്ചുവെന്ന് ബോധ്യമായിട്ടും ഭൂവുടമകളുടെ പക

തീർന്നില്ല. അവർ ശവത്തെ ചവിട്ടി – കാറിത്തുപ്പി – അസഭ്യവർഷം ചൊരിഞ്ഞു. വീണ്ടും ആവർത്തിക്കാൻ തുടങ്ങിയപ്പോൾ അവിടെയുണ്ടായിരുന്ന പട്ടാളക്കമാണ്ടർ തടഞ്ഞു.

"നിറുത്തൂ... പടക്കളത്തിൽ പൊരുതിമരിച്ച ഒരു ധീരന്റേതാണ് ഈ മൃതദേഹം. തൊട്ടുപോകരുത്."

ആ ധീരസഖാവിനെ അവർ പട്ടാളബഹുമതികളോടെ സംസ്കരിച്ചു.

5

കമ്യൂണിസ്റ്റ് ഗറില്ലയും മദ്യവും

ആയിരത്തി തൊള്ളായിരത്തി അമ്പത്തിഒന്ന് ജൂലൈ മാസം. തെലങ്കാന സമരത്തിലെ ഒരു നിർണായക കാലഘട്ടം. നൈസാം കീഴടങ്ങി. ഇന്ത്യൻ സൈന്യം തെലങ്കാന സമരകേന്ദ്രങ്ങളിലെല്ലാം റോന്തു ചുറ്റുന്നു. പലഭാഗങ്ങളിലും സൈന്യവും പൊലീസും നിറഞ്ഞിരിക്കുകയാണ്. എന്തു ചെയ്തും സമരം അടിച്ചുതകർക്കാൻ തന്നെയാണ് ഗവൺമെന്റിന്റെ തീരുമാനം.

സമരം തുടരണമോ വേണ്ടയോ എന്ന കാര്യത്തിൽ അതിന് നേതൃത്വം നൽകിയിരുന്ന കമ്യൂണിസ്റ്റ് പാർട്ടിയിൽത്തന്നെ അഭിപ്രായഭിന്നതകൾ രൂപംകൊണ്ടു. സമരത്തിന്റെ അപ്പോഴത്തെ സ്ഥിതിഗതികൾ നിരീക്ഷിച്ച് കഴിയുന്നത്ര ഉത്തമമായ രീതിയിൽ പിൻവലിക്കാൻ തന്നെയായിരുന്നു ഭൂരിഭാഗം നേതാക്കളുടെയും തീരുമാനം. അതിന് മാന്യമായ ഒരു ഒത്തുതീർപ്പിൽ എത്തേണ്ടതില്ലേ? ഏകപക്ഷീയമായി കീഴടങ്ങാൻ കഴിയുമോ? സായുധ സമര രംഗത്തുനിൽക്കുന്ന സ്ക്വാഡുകളുടെ രക്ഷയ്ക്ക് ഉറപ്പ് ലഭിക്കേണ്ടേ? ജയിലിൽ കിടക്കുന്നവരുടെ ഭാവിയെപ്പറ്റി ഒരു തീരുമാനം വേണ്ടേ? അന്വേഷണത്തിലിരിക്കുന്നതും ചാർജ് ചെയ്യപ്പെട്ടിട്ടുള്ളതുമായ കേസുകളെക്കുറിച്ച് ഒരു ധാരണയിലെത്തേണ്ടേ? ഇതൊന്നുമില്ലാതെ എങ്ങനെ സമരം പിൻവലിക്കും!

അതിനാൽ സമരരംഗത്ത് ഉറച്ചുനിൽക്കുന്ന കേഡർമാരെ പറഞ്ഞു മനസിലാക്കാനും, അവരുടെ വികാരങ്ങൾ മനസിലാക്കാനും സഖാക്കൾ സുന്ദരയ്യ, രാജേശ്വരറാവു, വെങ്കിടേശ്വര റാവു തുടങ്ങിയ പ്രമുഖ നേതാക്കൾ ഓരോ ഏരിയകളിലേക്കായി പുറപ്പെട്ടു.

സഖാവ് സുന്ദരയ്യയും അദ്ദേഹത്തോടൊപ്പമുള്ള പാർട്ടി കേഡർമാരും കൃഷ്ണാനദിയുടെ വനപ്രദേശത്തുള്ള രാഷ്ട്രീയ ഹെഡ്ക്വാർട്ടേഴ്സി

ലെത്താൻ വേണ്ടി യാത്ര ചെയ്യുകയായിരുന്നു. രാത്രി കാലങ്ങളിൽ മാത്രമേ സ്ക്വാഡുകൾക്ക് യാത്ര ചെയ്യാൻ സാധിക്കുകയുള്ളൂ. വനത്തിന്റെ രക്ഷാവലയത്തിലെത്തും മുമ്പേ നൂറു നാഴികയിലധികം സമതലപ്രദേശം പിന്നിടേണ്ടിയിരുന്നു. വഴിമധ്യേ ജനവാസമുള്ള പ്രദേശങ്ങൾ ഒഴിവാക്കിയാണ് യാത്ര. കൂടുതലും പാടങ്ങളിലൂടെയും പാറപ്രദേശങ്ങളിലൂടെയുമാണ് യാത്ര. ഒരിക്കലും കാലടിപ്പാടുകൾ പതിയാൻ പാടില്ല. ശത്രുവിന് സംശയമുണ്ടാകാൻ ഇടനൽകരുതല്ലോ. ആയുധങ്ങൾ, ഭക്ഷണസാധനങ്ങൾ ഇവയെല്ലാംകൂടി ഓരോരുത്തരും പതിനഞ്ച്-ഇരുപത് കിലോഗ്രാം ചുമന്നുകൊണ്ടാണ് യാത്ര. ഓരോ രാത്രിയിലും ചുരുങ്ങിയത് മുപ്പത് നാഴികയെങ്കിലും സഞ്ചരിക്കും. ഏതാണ്ട് മൂന്നുമാസക്കാലം തുടർന്ന യാതനാനിർഭരമായ ഈ യാത്രയെക്കുറിച്ച് ഒന്നോർത്തുനോക്കൂ...

ഒരു ദിവസം യാത്രയ്ക്കിടയിൽ സ്ക്വാഡിലെ ഒരു മെമ്പർ വളരെ പിന്നിലായി പോകുന്നത് സഖാവ് സുന്ദരയ്യയുടെ ശ്രദ്ധയിൽപ്പെട്ടു. സ്ക്വാഡിന്റെ ഒപ്പമെത്താൻ അയാൾ ഏറെ പ്രയാസപ്പെടുന്നതായി അദ്ദേഹം മനസിലാക്കി. അദ്ദേഹം സ്ക്വാഡ് നേതാവിനോട് വിവരം തിരക്കി.

"നോക്കൂ... അയാളെ പ്രത്യേകം ശ്രദ്ധിക്കൂ.. എന്തുപറ്റി സഖാവിന്?"

യാത്ര നിറുത്തി, അയാളെ വിശദമായി പരിശോധിച്ചു.

"പൊള്ളുന്ന പനിയാണ് അയാൾക്ക്. ക്ഷീണിച്ച് അവശനായിരിക്കുന്നു." സ്ക്വാഡ് നേതാവ് പറഞ്ഞു.

"കുടിക്കാനാണെങ്കിൽ ഒരു തുള്ളി വെള്ളമില്ല! വെള്ളത്തിന്റെ സ്റ്റോക്ക് തീർന്നിരിക്കുന്നു! ഈ പാറപ്രദേശത്ത് വെള്ളം ലഭിക്കാൻ പ്രയാസം. അയാൾക്കാണെങ്കിൽ വെള്ളത്തിന് നന്നേ ദാഹമുണ്ട്." വേദനാജനകമായ മറ്റൊരുകാര്യംകൂടി സ്ക്വാഡ് നേതാവ് അറിയിച്ചു.

"രക്തനിറംകലർന്ന മൂത്രമാണ് അയാൾ ഒഴിക്കുന്നത്." വെള്ളം ലഭിക്കണമെങ്കിൽ ഇനിയും കുറേദൂരം നടക്കണം. നടന്ന് ഒരു കരിമ്പനത്തോട്ടത്തിലെത്തി. അവിടെയെല്ലാം പനങ്കള്ള് ധാരാളം കിട്ടാനുണ്ട്.

ഒരു സ്ക്വാഡ് മെമ്പർ പറഞ്ഞു...

"ഒന്നോ രണ്ടോ പാത്രം കള്ള് കുടിക്കാൻ ആ മെമ്പറെ അനുവദിക്കുകയാണെങ്കിൽ അയാൾക്ക് വളരെ പെട്ടെന്ന് സുഖമാകും."

"എന്തുകൊണ്ട് അത് അനുവദിച്ചുകൂടാ?" സുന്ദരയ്യ ചോദിച്ചു.

ഉടനെ സ്ക്വാഡ് നേതാവ് പറഞ്ഞു: "പാടില്ല, കമ്യൂണിസ്റ്റ് ഗറില്ല കള്ളുകുടിക്കാൻ പാടുള്ളതല്ല എന്നാണ് ഉത്തരവ്. അതനുസരിക്കാതിരുന്നാൽ കടുത്ത ശിക്ഷയ്ക്ക് ഇടയാകും!"

"അങ്ങനെയാണോ?"

"അതെ. സ്റ്റേറ്റ് സെന്ററിലെ ഏറ്റവും പ്രധാന സഖാവെന്ന നിലയിൽ അങ്ങേയ്ക്ക് ഇതിന് അനുവാദം നൽകാവുന്നതാണ്."

സുന്ദരയ്യ ഉടനെ അനുവാദം നൽകി. ഏരിയാ കമ്മിറ്റിക്ക് ഈ കാര്യം വിശദീകരിച്ചുകൊടുത്തുകൊള്ളാമെന്ന് ഉറപ്പുനൽകുകയും ചെയ്തു. ഇതാണ് തെലങ്കാനയിലെ കമ്യൂണിസ്റ്റ് ഗറില്ലയുടെ അച്ചടക്കബോധം.

തെലങ്കാന സമരം നമുക്ക് പല അനുഭവപാഠങ്ങളും നൽകുന്നു. വിപ്ലവ പ്രസ്ഥാനത്തെ ചൈതന്യവത്താക്കാൻ ഇതിൽനിന്നും നാം പല പാഠങ്ങളും ഉൾക്കൊള്ളേണ്ടതുണ്ട്.

6

മരണം മുന്നിൽക്കണ്ട നിമിഷം

തെലങ്കാനാ സമരത്തിലെ നിർണായകമായ പല സംഭവങ്ങൾക്കും സാക്ഷ്യംവഹിച്ച ഒരു രഹസ്യസങ്കേതമായിരുന്നു 'മുനഗാല-പരഗാണ'. അവിടത്തെ പ്രവർത്തനം സംബന്ധിച്ച വിവരങ്ങൾ ശേഖരിക്കുക, ഗറില്ലാ സ്ക്വാഡുകൾക്കാവശ്യമായ നിർദേശം നൽകുക, ഇതേവരെയുള്ള പ്രവർത്തനം വിലയിരുത്തുക, പുതിയ പരിപാടികൾ ആസൂത്രണം ചെയ്യുക എന്നീ ഉദ്ദേശ്യങ്ങളോടെയാണ് സമരത്തിന് നേതൃത്വം നൽകുന്ന സ. സുന്ദരയ്യ അങ്ങോട്ടു യാത്രതിരിച്ചത്. കൃഷ്ണാനദിയുടെ അതിർത്തി ഗ്രാമങ്ങളിലൂടെയാണ് യാത്ര. രാത്രിയിൽ മാത്രമാണല്ലോ യാത്ര. അദ്ദേഹത്തോടൊപ്പം സഹായികളായി പുല്ലയ്യ-ദന്തകുരു ഗോപയ്യ എന്നിവരും ഉണ്ടായിരുന്നു. പുല്ലയ്യയും ഗോപയ്യയും മുന്നിലും സുന്ദരയ്യ അമ്പതു വാര പിന്നിലുമായിട്ടാണ് യാത്ര.

അതിർത്തി ഗ്രാമത്തിൽ ഒരു ചെക്ക് പോസ്റ്റ് പ്രവർത്തിച്ചിരുന്നതായി അറിയാം. അതിന്റെ മുന്നിൽ ചെന്നുപെടാതെവേണം യാത്ര എന്ന് മുൻകൂട്ടി തീരുമാനിച്ചിരുന്നു. കുറ്റാ കൂരിരുട്ട്. ഒരുവിധം തപ്പിപ്പിടിച്ചാണ് യാത്ര. ടോർച്ച് പ്രവർത്തിപ്പിക്കാനും വയ്യല്ലോ. ചെക്ക്പോസ്റ്റിനു മുമ്പിലെത്തിയത് പുല്ലയ്യയും ഗോപയ്യയും അറിഞ്ഞില്ല! ചെക്ക്പോസ്റ്റിനു മുന്നിലെ പൊലീസുകാരനെ കണ്ടപ്പോൾ മുന്നിൽ നടന്നിരുന്ന ഈ രണ്ടു സഖാക്കളും പിൻതിരിഞ്ഞോടി. അപകടം ഇതാ കൺമുന്നിൽ! ഇതു മനസിലാക്കിയ സുന്ദരയ്യയും പിൻതിരിഞ്ഞോടി. അദ്ദേഹത്തിന്റെ പക്കൽ സാമാന്യം ഭാരമുള്ള ഒരു സഞ്ചിയുണ്ട്. അതു തൂക്കി ഓടുക എളുപ്പമാണോ? വേറെ വഴിയെന്ത്? അതിനാൽ സഞ്ചിയും തൂക്കി ആകാവുന്ന വേഗത്തിൽ തന്നെ ഓടി. കാര്യം മനസിലാക്കിയ പൊലീസുകാരനും പിന്നാലെ ഓടി. അവരുടെ പക്കൽ റിവോൾവറും തോക്കുമുണ്ട്.

അപകടം മുന്നിലെത്തി നിൽക്കുന്ന നിമിഷങ്ങൾ! സുന്ദരയ്യയുടെ

പക്കലും ഒരു റിവോൾവറുണ്ട്. കഴിയുന്നപക്ഷം അതുപയോഗിക്കാതിരിക്കുന്നതാണ് ബുദ്ധി എന്ന് അദ്ദേഹത്തിന്റെ ഉപബോധമനസ്സ് പറഞ്ഞു. പുല്ലയ്യയും ഗോപയ്യയും എങ്ങോ മറഞ്ഞു. കുറ്റാക്കൂരിരുട്ടിൽ ഒന്നും കാണാൻ വയ്യ. ടോർച്ചുമായി പിന്നാലെ വരുന്ന പൊലീസുകാരൻ അടുത്തെത്തിക്കഴിഞ്ഞു. താങ്ങാനാവാത്ത സഞ്ചിയും തൂക്കിയുള്ള ഓട്ടം! ഉദ്ദേശിച്ചപോലെ വേഗത കൈവരിക്കാനാവുന്നില്ല. പിടിക്കപ്പെട്ടാൽ എന്തും സംഭവിക്കാം.

സുന്ദരയ്യ ഒരു വേലി ചാടിക്കടന്ന് അതിനടുത്തുകണ്ട ഒരു മതിലിന്നരികിൽ ഒളിച്ചിരുന്നു. വൈകിയില്ല ഒരു പൊലീസുകാരൻ അദ്ദേഹത്തിന്റെ മേൽ ചാടിവീണു. മറ്റു പോംവഴികളൊന്നുമില്ല, ഏറ്റുമുട്ടുക തന്നെ. അദ്ദേഹം ഉറച്ചു. സഞ്ചി താഴെയിട്ടു. പൊലീസുകാരന് എന്തെങ്കിലും ചെയ്യാൻ കഴിയുന്നതിനു മുമ്പേ അദ്ദേഹം രണ്ടുകൈകൊണ്ടും പൊലീസുകാരന്റെ കഴുത്തിനു പിടിച്ച് ശക്തിയായി ഞെരുക്കി. ഒത്ത ഉയരത്തിൽ ബലിഷ്ഠ കായനായ യുവാവാണ് സുന്ദരയ്യ. പൊലീസുകാരൻ ഞെരിപിരി കൊള്ളുകയാണ്. കണ്ണുകൾ തുറിക്കുന്നുണ്ട്. പിടിവിടുവിക്കാൻ അയാൾ ശ്രമിക്കുന്നുണ്ടെങ്കിലും അതിനു കഴിയുന്നില്ല.

"എന്റെ കയ്യിൽ റിവോൾവറുണ്ട്. ഒച്ചയുണ്ടാക്കിയാൽ തന്റെ കഥ ഇന്നത്തോടെ തീരും" - സുന്ദരയ്യ ഭീഷണിപ്പെടുത്തി.

"എന്നെ വിടൂ... ഞാൻ ശബ്ദമുണ്ടാക്കുകയില്ല. കുഞ്ഞു കുട്ടി പരാധീനക്കാരനാണേ... എന്നെ വിട്ടയക്കൂ....നിങ്ങൾക്ക് നൂറുപുണ്യം കിട്ടും." പൊലീസുകാരന്റെ ആർത്തനാദം. ദയനീയമായ അപേക്ഷ.

സുന്ദരയ്യ കഴുത്തിലെ പിടിവിട്ടപ്പോൾ പൊലീസുകാരൻ വിറക്കുന്നുണ്ടായിരുന്നു. അയാൾ പിന്നെ സംശയിച്ചു നിന്നില്ല. തിരിഞ്ഞ് ഒരൊറ്റ ഓട്ടം!

അതിർത്തി കടത്തിക്കൊണ്ടുപോകുന്ന സാധനങ്ങൾ പിടിച്ചുവെച്ച് കിട്ടാവുന്ന പൈസ നേടുക എന്നതായിരുന്നു പൊലീസുകാരുടെ ഉദ്ദേശ്യം! കമ്യൂണിസ്റ്റ് ഗറില്ലകളെ അവർ പ്രതീക്ഷിച്ചിരുന്നില്ല. പൊലീസുകാരൻ പോയശേഷം സുന്ദരയ്യ തിരിഞ്ഞുനടന്ന് പുറപ്പെട്ടുപോന്ന സങ്കേതത്തിൽ തിരിച്ചെത്തി. അപ്പോൾ വീട്ടുടമസ്ഥൻ അവിടെ ഇല്ലായിരുന്നു. നടന്ന സംഭവങ്ങളെല്ലാം അദ്ദേഹം അയാളുടെ ഭാര്യയെ അറിയിച്ചു. ആ ഗൃഹനായിക പരിഭ്രമിച്ചില്ല! ഒട്ടും പതറിയില്ല! പൊലീസുകാർ തെരഞ്ഞുവന്നേക്കുമോ എന്നു ഭയന്നതുമില്ല. വളരെ പെട്ടെന്നു സുന്ദരയ്യയുടെ സംരക്ഷണത്തിനാവശ്യമായ എല്ലാ ഏർപ്പാടുകളും ചെയ്തു. നാട്ടിൻപുറത്തെ ഒരു സാധാരണകൃഷിക്കാരന്റെ ഭാര്യയായിട്ടു പോലും എത്ര ജാഗ്രതയോടെയാണ് അവർ പ്രവർത്തിച്ചത്.

ഇത്തരം സന്നിഗ്ധ ഘട്ടങ്ങളിൽ മനോധൈര്യവും സംയമനവുമാണാവശ്യമെന്ന് ഈ സംഭവം തെളിയിക്കുന്നു.

ഈ സംഭവം നടന്ന് ഒരു കൊല്ലത്തിനുശേഷം പൊലീസുകാർ ഗ്രാമത്തിൽ റെയ്ഡ് നടത്തി. പലരേയും ചോദ്യം ചെയ്തു ദന്തകൂരി ഗോപ

യ്യയെ കസ്റ്റഡിയിലെടുത്തു. ഭീകരമർദനം നടത്തിയിട്ടും അയാളിൽ നിന്ന് ഒരു രഹസ്യവും ലഭിച്ചില്ല. കുറച്ചുദിവസംകൂടി ലോക്കപ്പിലിട്ട് ചോദ്യം ചെയ്തു. ഫലമില്ലെന്നുകണ്ട് ഗോപയ്യയെ അവർ വെടിവെച്ചുകൊന്നു.

പുല്ലയ്യ എന്ന ചെറുപ്പക്കാരൻ നൈസാം സൈന്യവുമായി നടന്ന ഏറ്റുമുട്ടലിൽ പരിക്കുപറ്റി കുറേനാൾ രഹസ്യ സങ്കേതത്തിൽ ചികിത്സ യിൽ കഴിഞ്ഞു. മുറിവുണങ്ങിയപ്പോൾ അയാൾ വീണ്ടും സ്ക്വാഡിൽ ചേർന്നു. പുല്ലയ്യയേയും പൊലീസ് പിടികൂടി വെടിവെച്ചുകൊന്നു. ഇങ്ങനെ എത്രയെത്ര ധീരന്മാരെയാണ് പൊലീസ് വകവരുത്തിയത്.

7

ഭയം എന്ന വികാരം

തെലങ്കാന സമരം ജ്വലിച്ചു നിൽക്കുന്ന കാലം. അക്കാലത്ത് തെലങ്കാന ഗ്രാമങ്ങളിലെ വീട്ടുടമസ്ഥന്മാരിൽ ഭൂരിഭാഗവും സ്വന്തം വീടുകളിൽ കിടന്നുറങ്ങാറില്ല. പ്രത്യേകിച്ച് വിപ്ലവ പ്രസ്ഥാനത്തോട് ആഭിമുഖ്യമുള്ള കൃഷിക്കാർ. രാത്രികാലങ്ങളിൽ പൊലീസുകാർ സെർച്ചു നടത്തുക പതിവാണ്. സംശയം തോന്നുന്നവരെയെല്ലാം ചോദ്യം ചെയ്യുന്നതിനായി പിടിച്ചുകൊണ്ടുപോകും. എങ്കിലും കൃഷിക്കാർ തങ്ങളുടെ നേതാക്കൾക്ക് വീടുകളിൽ ഷെൽട്ടർ നൽകാൻ വിസമ്മതിക്കുക പതിവില്ല. എന്നാൽ അതിനു വിപരീതമായി ഭയംമൂലം സമനില നഷ്ടപ്പെട്ട ഒരു സ്ത്രീയുടെ കഥ കേൾക്കൂ...

സ. സുന്ദരയ്യക്ക് വീരുലപ്പാട് ഗ്രാമത്തിൽ എത്തിച്ചേരേണ്ടതുണ്ടായിരുന്നു. നേരെ യാത്ര ചെയ്യാൻ നിവൃത്തിയില്ല. അതിനാൽ വളഞ്ഞ വഴിയായ കഞ്ഞിഞ്ചർല വഴി പുറപ്പെട്ടു. എല്ലാവരും നിദ്രയിലാണ്ടശേഷം അർധരാത്രിയോടടുപ്പിച്ചാണ് യാത്ര. സാധാരണ കൃഷിക്കാരന്റെ വേഷത്തിൽ സൈക്കിളിൽ അവിടെ എത്തിയപ്പോൾ രാത്രി ഏറെ വൈകിയിരുന്നു. കൂടെ ഒരു 'കൊറിയറും' ഉണ്ട്. കൊറിയർ മുൻകൂട്ടി നിശ്ചയിച്ചുറപ്പിച്ചിരുന്ന വീടിന്റെ വാതിലിൽ തട്ടി. വീട്ടുടമസ്ഥൻ അവിടെ ഇല്ലായിരുന്നു. അതിനാൽ അദ്ദേഹത്തിന്റെ ഭാര്യയാണ് വാതിൽ തുറന്നത്. മുൻകൂട്ടി അറിയിച്ചിരുന്നതിനാൽ കൊറിയർ പറഞ്ഞു.

"പറഞ്ഞപോലെ അദ്ദേഹം വന്നിട്ടുണ്ട്."

"ആര്?"

ആരെന്ന് വെളിപ്പെടുത്താൻ പാടില്ല എന്നാണ് നിയമം എങ്കിലും അതുപറയാതെ വയ്യെന്നായി. എന്തെന്നാൽ ഈ സമയത്ത് ഇനി മറ്റൊരു ഷെൽട്ടർ കണ്ടുപിടിക്കുക പ്രയാസം. അതിനാൽ വീണ്ടും പറഞ്ഞു: "സുന്ദരയ്യ വന്നിട്ടുണ്ട്."

അവർക്കത് വിശ്വാസമായില്ല!

"സുന്ദരയ്യ വന്നുവത്രെ?"

പരിഹാസ രൂപത്തിൽ ഇത്രയും പറഞ്ഞ് ആ സ്ത്രീ ബഹളം വയ്ക്കാൻ തുടങ്ങി. വലിയൊരു നേതാവായ സുന്ദരയ്യ ഈ സമയത്ത് ഇവിടെ വരുമോ? എന്നെല്ലാം ആ സ്ത്രീ ആലോചിച്ചിരിക്കാം. കൊറിയർ എന്തു തന്നെ പറഞ്ഞിട്ടും ആ സ്ത്രീക്ക് വിശ്വാസമായില്ല!

സുന്ദരയ്യ ഏതാനും മീറ്റർ അകലെ നിൽക്കുന്നുണ്ടായിരുന്നു. കൊറിയർ അദ്ദേഹത്തോട് വിവരം പറഞ്ഞു.

"സുന്ദരയ്യ വന്നിട്ടുണ്ട് എന്നു പറഞ്ഞിട്ടും ആ സ്ത്രീ വിശ്വസിക്കുന്നില്ല."

കൊറിയറുടെ ആ വർത്തമാനങ്ങൾ ആ വീട്ടമ്മയ്ക്ക് മനസിലായിട്ടുണ്ടാവില്ലെന്ന് കരുതി സഖാവ് സുന്ദരയ്യ കൊറിയറോടൊപ്പം ആ വീട്ടിലേക്ക് കയറിച്ചെന്നു.

അദ്ദേഹം പറഞ്ഞു: "ഞാനാണ് സുന്ദരയ്യ!"

"സുന്ദരയ്യയോ?" അവർ പിറുപിറുത്തു. ഭയം മൂലം അവരുടെ ചുണ്ടുകൾ വിറപൂണ്ടിരുന്നു. മുഖവും കണ്ണുകളും വീർത്ത് ഏതാണ്ടൊരു രോഗിയപ്പോലിരുന്നു. അവസാനം സുന്ദരയ്യ പറഞ്ഞു: "മനസിലായില്ലെങ്കിൽ വേണ്ട ഞങ്ങൾ ഞങ്ങളുടെ വഴിക്ക് പൊയ്ക്കൊള്ളാം. ഈ അസമയത്ത് വെറുതെ ബഹളം വെയ്ക്കരുത്."

ഇത്രയും പറഞ്ഞ് അവർ അവിടംവിട്ടുപോയി. ആ രാത്രി തന്നെ ആ ഗ്രാമം വിടുകയും ചെയ്തു. ഒരുപക്ഷേ, അതിരുകവിഞ്ഞ ഭയംമൂലമാകാം ആ സ്ത്രീ ബഹളം വെച്ചത്. ആ സ്ത്രീ വീണ്ടും ബഹളം വെച്ചിരുന്നെങ്കിൽ ചുറ്റുപാടുമുള്ളവർ ഓടിയടുക്കുവാനും അതുവഴി അപകടം സംഭവിക്കാനും ഇടയാകുമായിരുന്നു. അവിടെനിന്ന് നേരെ തെലങ്കാന അതിർത്തിയിലേക്ക് നടന്നു. ശക്തിയായ ഇരുട്ടുമൂലം വഴിയറിയാൻ നന്നേ ക്ലേശിച്ചു. എങ്ങനെയോ വയലിലൂടെ നടന്ന് എത്തേണ്ടിടത്ത് എത്തി. പിറ്റേ ദിവസം തലേന്ന് രാത്രിയിൽ പോയ ആ വീട്ടിലേക്ക് കൊറിയറെ അയച്ചു. സംഗതി മറ്റൊന്നുമല്ല, രാത്രി നടന്ന സംഭവം മറ്റാരും അറിയാൻ ഇടവരരുത് എന്നറിയിക്കുകയായിരുന്നു ഉദ്ദേശ്യം. കൊറിയർ സഖാവ് വീട്ടിൽ ചെന്നപ്പോൾ ഗൃഹനാഥൻ ഉണ്ടായിരുന്നു അവിടെ. സംഭവമറിഞ്ഞപ്പോൾ ഭാര്യയും ഭർത്താവും നന്നേ ഖേദം പ്രകടിപ്പിച്ചു. ഭാര്യക്ക് നന്നേ കുറ്റബോധമുണ്ടായിരുന്നു. നേരത്തെ സൂചിപ്പിച്ചതുപോലെ ഉൽക്കടമായ ഭയം മൂലം ആ സ്ത്രീയുടെ സമനിലതെറ്റിയിരിക്കണം. "സുന്ദരയ്യയാണെന്ന് അറിഞ്ഞിരുന്നെങ്കിൽ ഇങ്ങനെ സംഭവിക്കില്ലായിരുന്നു. അദ്ദേഹത്തിനു വേണ്ടി ജീവൻ പോലും നൽകാൻ ഞങ്ങൾ തയാറാകുമായിരുന്നല്ലോ" എന്നു പറഞ്ഞ് രണ്ടുപേരും സങ്കടപ്പെട്ടു!

വായനക്കാർ എന്തുപറയുന്നു?

8

മരണത്തിലും ധീരതയോടെ

നല്ലഗൊണ്ട ജില്ലയിലെ ഹുസൂർ നഗർ താലൂക്കിൽ ഒരു ധനിക കർഷക കുടുംബത്തിൽ പിറന്ന ഏറാസത്യം അനീതിക്കെതിരായ പോരാട്ടങ്ങളിൽ ആകൃഷ്ടനായി വിപ്ലവപ്രസ്ഥാനത്തിൽ ചേർന്നു. 1946 ലാണ് അദ്ദേഹം ആന്ധ്രാ മഹാസഭയിൽ വന്നത്. തുടർന്ന് അദ്ദേഹം കമ്യൂണിസ്റ്റ് പാർട്ടിയുമായി ബന്ധപ്പെട്ടു. അതിന്റെ സജീവപ്രവർത്തകനായി. അച്ഛനമ്മമാരുടെ എതിർപ്പിനെ അദ്ദേഹം വകവെച്ചില്ല.

പകൽ സമയം മുഴുവൻ കൃഷിപ്പണികളിൽ മുഴുകി. രാത്രികാലങ്ങളിൽ പാർട്ടിയുടെ നിർദേശാനുസരണം ഹരിജനങ്ങളെ സംഘടിപ്പിച്ച്, അവർക്ക് രാഷ്ട്രീയ വിദ്യാഭ്യാസം നൽകി, ബോധവാന്മാരാക്കി. അനീതിക്കെതിരായ പ്രക്ഷോഭങ്ങളുടെ വാർത്തകൾ തൽസമയം അറിയിച്ചുകൊണ്ട് അവരെ പ്രോത്സാഹിപ്പിക്കുകയും ആവേശഭരിതരാക്കുകയും ചെയ്തു.

ഹരിജനങ്ങൾ സംഘടിതരും വർഗബോധമുള്ളവരുമായി മാറിക്കൊണ്ടിരുന്നപ്പോൾ അവകാശ സമരങ്ങളും ഉയർന്നുവന്നു. അതിന് നേതൃത്വം നൽകാൻ ഏറാസത്യം മുന്നിൽ നിന്നു. മിനിമം വേതനത്തിനുവേണ്ടി പ്രാദേശിക ഭൂവുടമകൾക്കെതിരെ പ്രക്ഷോഭം സംഘടിപ്പിച്ചതിനാൽ അദ്ദേഹം സ്വന്തം വർഗത്തിന്റെ (ഭൂവുടമകളുടെ) തന്നെ കടുത്ത ശത്രുവായിത്തീർന്നു.

തങ്ങളിലൊരാളുടെ മകൻ തങ്ങൾക്കെതിരെ നീങ്ങുന്നത് നിസ്സംഗതയോടെ നോക്കിനിൽക്കാൻ ഭൂവുടമകൾക്കായില്ല. അവർ ഒത്തുചേർന്ന് ചില തീരുമാനങ്ങൾ എടുത്തു. അവർ കളവായ ചില ആരോപണങ്ങൾ കെട്ടിച്ചമച്ച് ഏറാസത്യത്തിനെതിരെ പൊലീസിൽ പരാതി നൽകി. പൊലീസ് എക്കാലത്തും സമ്പന്നവർഗത്തിന്റെ ആയുധമായിരിക്കുമല്ലോ. ഇരുന്നൂറോളം പൊലീസുകാർ ഗ്രാമം വളഞ്ഞ് കടന്നാക്രമണം നടത്തി

സ. ഏറാസത്യത്തെ അറസ്റ്റു ചെയ്തു. എന്നാൽ അദ്ദേഹം പൊലീസിനെ കബളിപ്പിച്ചുകൊണ്ട് അവിടെനിന്ന് രക്ഷപ്പെട്ട് നേരെ ഒളിവിൽപ്പോയി. തുടർന്ന് സമീപ ഗ്രാമങ്ങളിലെല്ലാം അദ്ദേഹം തന്റെ പ്രവർത്തനം വ്യാപിപ്പിച്ചു. പൊലീസ് എത്രതന്നെ പണിപ്പെട്ട് പരിശ്രമിച്ചുവെങ്കിലും ഏറാസത്യത്തെ അറസ്റ്റ് ചെയ്യാനായില്ല. പാവപ്പെട്ടവർ അദ്ദേഹത്തെ തങ്ങളുടെ കുടിലുകളിൽ നിന്നും കുടിലുകളിലേക്ക് മാറ്റി തങ്ങളുടെ കൺമണിപോലെ കാത്തുസൂക്ഷിച്ചു.

തെലങ്കാനാ സമരം തുടങ്ങിയതോടെ ഒരു ജില്ലാ സ്ക്വാഡ് രൂപീകരിച്ച് നൈസാമിനും റസ്സാക്കന്മാർക്കും എതിരായി ശക്തമായ പോരാട്ടം തുടങ്ങി. നല്ലഗൊണ്ട ജില്ലയിലുടനീളം ഗറില്ലാ സ്ക്വാഡുകൾ രൂപീകരിക്കുകയും അദ്ദേഹം മൊത്തത്തിൽ ആ മേഖലയിലെ ഗറില്ലാ സ്ക്വാഡുകളുടെ നേതാവായി ഉയരുകയും ചെയ്തു. ലക്കാവാരം, വെങ്കിടാറെഡ്ഡി, അനന്തഗിരിയിലെ ജമീന്ദാർ, ബുദ്ധവാരത്തെ ദേശ്മുഖ്, എന്നീ വൻകിട ഭൂപ്രഭുക്കളെ അദ്ദേഹം വിറപ്പിച്ചു. അവരിൽ പലരും ഗ്രാമം വിട്ട് നഗരപ്രദേശങ്ങളിൽ വാസമുറപ്പിച്ചു. ജന്മിമാരിൽ നിന്നും പിടിച്ചെടുത്ത ഭൂമിയും അവരുടെ നെല്ലറകളിൽനിന്നും സംഭരിച്ച ധാന്യങ്ങളും ജനങ്ങളുടെയിടയിൽ വിതരണം ചെയ്തു. പാർട്ടി സംഘാടകനും ഗറില്ലാ നേതാവും ബഹുജന നേതാവുമായി അദ്ദേഹം അതിവേഗം വളർന്നുകൊണ്ടിരുന്നു.

ഒരു രാത്രിയിൽ വയലുകളിലൂടെ സഞ്ചരിച്ചുകൊണ്ടിരിക്കെ തന്നെ എന്തോ കടിച്ചതായി അദ്ദേഹത്തിനനുഭവപ്പെട്ടു. കാലിൽ കടയുന്നതായും തലയ്ക്ക് ഒരു കറക്കം അനുഭവപ്പെടുന്നതായും അദ്ദേഹത്തിനു തോന്നി. ഏതോ വിഷപ്പാമ്പ് തന്നെ കടിച്ചിരിക്കുന്നു എന്ന് ബോധ്യമാകുവാൻ ഏറെ നേരം വേണ്ടിവന്നില്ല. സൗകര്യമുള്ള മെഡിക്കൽ സങ്കേതത്തിലേക്ക് സഹപ്രവർത്തകർ അദ്ദേഹത്തെ എടുത്തുകൊണ്ടുപോയി. പക്ഷേ, സങ്കേതത്തിലെത്തിയപ്പോഴേക്കും വൈകിപ്പോയി. രക്ഷപ്പെടില്ല എന്നു ബോധ്യമാവാൻ തുടങ്ങിയപ്പോൾ അദ്ദേഹം പോക്കറ്റിൽ നിന്നും ഒരു കടലാസെടുത്ത് ഇങ്ങനെ എഴുതി:

> സഖാക്കളെ ഞാൻ നിങ്ങളെ വിട്ടുപിരിയുകയാണ്. ഇതാ എന്റെ തോക്ക്. ഇതൊരിക്കലും പൊലീസിന്റെ കയ്യിൽപ്പെടരുത്. ശത്രുവിന്റെ നാശത്തിനായി ഇതുപയോഗിക്കുക. ഞാൻ അന്ത്യയാത്ര പറയുന്നു.

9

ഐതിഹാസികമായ ധീരത

തെലങ്കാനാ സമരത്തിലെ സ്ക്വാഡുകളിൽ പ്രവർത്തിച്ചിരുന്നവരിൽ ഭൂരിഭാഗവും സമൂഹത്തിലെ അടിത്തട്ടിലുള്ളവരായിരുന്നു. വേണ്ടത്ര വിദ്യഭ്യാസ യോഗ്യതയോ പരിഷ്കാരമോ ഇല്ലാത്തവരായിരുന്നിട്ടുപോലും അവർ അവസരത്തിനൊത്തുയരുകയും മികച്ച സംഘടനാ പാടവവും സാഹസികതയും പ്രദർശിപ്പിക്കുകയും ചെയ്തു. അത്തരത്തിലുള്ള നിരവധിപേരെ തെലങ്കാനാ സമരചരിത്രത്തിൽ കണ്ടെത്താൻ പ്രയാസമില്ല. അവരിൽ പ്രധാനപ്പെട്ട ഒരു ധീര യോദ്ധാവായിരുന്നു സഖാവ് ഗോപാൽ റെഡ്ഡി.

സൂര്യപേട്ട താലൂക്കിലെ ഒരു ദരിദ്ര കർഷക കുടുംബത്തിൽ പിറന്ന ഗോപാൽ റെഡ്ഡിക്ക് ദാരിദ്ര്യം മൂലം മിഡിൽ സ്കൂൾ വിദ്യാഭ്യാസം മാത്രം നേടുവാനേ കഴിഞ്ഞുള്ളൂ. തുടർന്ന് അദ്ദേഹം ചെറുപ്പം മുതൽതന്നെ ഒരു കർഷകത്തൊഴിലാളിയായി ജീവിതമാരംഭിച്ചു. കുടുംബത്തിലെ സ്ഥിതി അത്ര കഷ്ടതരമായിരുന്നു. നൈസാം ഭരണത്തിന്റെ ക്രൂരതകളെ വെറുമൊരു കാഴ്ചക്കാരനെപ്പോലെ നോക്കിനിൽക്കാൻ അദ്ദേഹത്തിനായില്ല. അതിനാൽ തന്റെ ഇരുപതാം വയസിൽത്തന്നെ അദ്ദേഹം കമ്യൂണിസ്റ്റ് പാർട്ടിയിൽ ചേർന്നു. അതിവേഗം അദ്ദേഹം ഗ്രാമസന്നദ്ധ സേനാംഗവും ഗ്രാമനേതാവുമായി ഉയർന്നു. അസാധാരണമായ സംഘടനാ പാടവവും ആത്മധൈര്യവും ആത്മാർഥതയും അദ്ദേഹത്തെ കേന്ദ്രസംഘാടകനായും കേന്ദ്ര ഗറില്ലാ കമാന്ററായും ഉയർത്തി.

ശത്രു തലപൊക്കുന്നിടത്തെല്ലാം അദ്ദേഹവും അദ്ദേഹത്തിന്റെ നിയന്ത്രണത്തിലുള്ള സ്ക്വാഡുകളും തയാറായി നിലയുറപ്പിച്ചു. ആത്മാകൂർ, എനുബമൂല എന്നിവിടങ്ങളിലെ ശത്രുപാളയങ്ങളിൽ അദ്ദേഹത്തിന്റെ സ്ക്വാഡ് കടന്നാക്രമണം നടത്തി. പല ശത്രുക്യാമ്പുകളിലും മിന്നലാ

ക്രമണങ്ങൾ തന്നെ നടത്തി. ഒന്നോ രണ്ടോ ശത്രുക്കളെ വക വരുത്താതെ അദ്ദേഹത്തിന്റെ സ്ക്വാഡ് തിരിച്ചുപോന്നിരുന്നില്ല. ശത്രുക്കളുടെ തോക്കുകൾ തട്ടിയെടുക്കുന്നതിൽ അദ്ദേഹത്തിന് ഒരു പ്രത്യേക വിരുതായിരുന്നു. ഇതുമൂലം ശത്രുക്കൾക്ക് ഉറക്കം നഷ്ടമായി. ഗോപാൽ റെഡ്ഡി ഒരു പേടിസ്വപ്നമായി മാറി. ഗോപാൽറെഡ്ഡിയുടെ ഗറില്ലാ സ്ക്വാഡ് എപ്പോൾ വേണമെങ്കിലും ആക്രമിച്ചേക്കാമെന്നു ഭയന്നു ശത്രുക്കൾ രാത്രി മുഴുവൻ തുടർച്ചയായി റൈഫിൾ പ്രവർത്തിപ്പിക്കുക പതിവായിരുന്നു.

സൂര്യപേട്ട താലൂക്കിലെ പടർലപടു ഗ്രാമത്തിൽ ഗോപാൽറെഡ്ഡിയുടെ ഗറില്ലാ സ്ക്വാഡ് എത്തിച്ചേർന്നിട്ടുണ്ടെന്നറിഞ്ഞ് 100 പട്ടാളക്കാരും 200 റസ്സാക്കർമാരും ആ ഗ്രാമത്തെ വളഞ്ഞു. അതിനു മുമ്പേ അവിടത്തെ ജന്മിമാരെല്ലാം സ്ഥലം വിട്ടുപോയിരുന്നു. പട്ടാളക്കാരും റസ്സാക്കർമാരും ചേർന്ന് കടന്നാക്രമണം തുടങ്ങി.

ഇതിനെ നേരിടുകതന്നെ. ഗോപാൽറെഡ്ഡി ഉറപ്പിച്ചു. അടുത്തുവന്ന ശത്രുവിനു നേരെ ഗോപാൽറെഡ്ഡി റൈഫിൾ പ്രയോഗിച്ചു. തൽക്ഷണം രണ്ടുപേർ മരിച്ചുവീണു. അവശേഷിച്ചവർ നിലത്തുപതിഞ്ഞു കിടന്നു സ്ക്വാഡിനു നേരെ വെടിയുണ്ടകൾ വർഷിച്ചു. ശത്രു തങ്ങളെ വലയം ചെയ്തിരിക്കുകയാണ് എന്ന് ഗോപാൽറെഡ്ഡിക്ക് ബോധ്യമായി. അദ്ദേഹം ആഹ്വാനം മുഴക്കി; "തോക്കു താഴെ വെച്ചു നാം കീഴടങ്ങുന്ന പ്രശ്നമില്ല സഖാക്കളെ" — അദ്ദേഹം ആത്മധൈര്യം നൽകി. നിലത്തു പതിഞ്ഞുകിടക്കുന്ന ശത്രുക്കളുടെ നേർക്ക് അദ്ദേഹം ഒറ്റയ്ക്കു കടന്നാക്രമണം നടത്തി. വായനക്കാരേ, ഇത്തരം രംഗങ്ങൾ നിങ്ങൾ സിനിമയിൽ മാത്രമേ കണ്ടിരിക്കയുള്ളൂ. എന്നാൽ ഇതാ ഒരു യഥാർഥ രംഗം: ശത്രു തലപൊക്കാനാവാതെ പതിഞ്ഞു കിടക്കുക തന്നെയാണ്. ഗോപാൽറെഡ്ഡിയുടെ സ്ക്വാഡിലെ സഹപ്രവർത്തകരും അദ്ദേഹത്തെ അനുകരിച്ചു. ശത്രു പരിക്ഷീണിതരായപ്പോൾ അതാ മെഷീൻഗണ്ണുകൾ പ്രവർത്തിച്ചു തുടങ്ങുന്നു. ചീറിപ്പായുന്ന നൂറുകണക്കിന് വെടിയുണ്ടകൾ! മെഷീൻഗണ്ണിനുമുന്നിൽ ഗോപാൽറെഡ്ഡിയുടെ സ്ക്വാഡിനു മുഴുവൻ പുറത്തു കടക്കാൻ കഴിഞ്ഞില്ല. എങ്കിലും കുറേപ്പേർ പുറത്തുകടന്നു. മരണം മുന്നിൽ കണ്ടിട്ടും ആ ധീരർ പകച്ചില്ല, അതാ ഗോപാൽറെഡ്ഡിയുടെ വയറ്റത്ത് ഒരു വെടിയുണ്ട! രക്തം ചീറ്റുന്നു! ആത്മധൈര്യം കൈവിടാതെ അദ്ദേഹം പിന്നെയും പൊരുതി. കൈയിലെ അവസാനത്തെ തോട്ട തീരുംവരെയും അദ്ദേഹം പിടിച്ചു നിന്നു. അദ്ദേഹത്തിന്റെ കഴുത്തിലും നെഞ്ചത്തും തുരുതുരാ മെഷീൻഗണ്ണിലെ വെടിയുണ്ടകൾ പതിച്ചു. ആ ധീരൻ മരിച്ചു വീണു. ഈ പോരാട്ടത്തിൽ സ്ക്വാഡിലുള്ള നാലുപേർ കൂടി മരിച്ചു. ഇതിൽ രണ്ടുപേർ വലയത്തിനു പുറത്തുകടന്ന് മറ്റുള്ളവരെ വലയത്തിൽ നിന്നു മോചിപ്പിക്കുവാൻ ശ്രമിക്കുകയായിരുന്നു. ശത്രുവിന്റെ വെടിയുണ്ട മറ്റുള്ളവർക്ക് ഏൽക്കാതിരിക്കാൻ സ്വന്തം ശരീരത്തിലേക്ക് തന്നെ അവർ ഏറ്റുവാങ്ങുകയായിരുന്നു.

ഗോപാൽറെഡ്ഡിയുടെയും അദ്ദേഹത്തോടൊപ്പം മരണപ്പെട്ട മറ്റുനാലു പേരുടെയും ആത്മധൈര്യവും ധീരതയും പതിനഞ്ച് അംഗ സ്ക്വാഡിലെ പത്ത് പേരേയും രക്ഷിക്കാൻ ഇടയാക്കി. ഈ സംഘട്ടനത്തിൽ ശത്രുപക്ഷത്തിലെ ആറു പേരും മരണപ്പെട്ടിരുന്നു. ഇത്രയേറെ അംഗങ്ങളുണ്ടായിട്ടും ശത്രുക്കൾക്ക് ഒരു ഗറില്ലയെപ്പോലും ജീവനോടെ പിടികൂടാൻ കഴിഞ്ഞില്ല.

ഗോപാൽറെഡ്ഡിയുടെയും അദ്ദേഹത്തിന്റെ സ്ക്വാഡിന്റെയും ധീരതയും ആത്മധൈര്യവും ശത്രുസൈന്യത്തെപ്പോലും അമ്പരപ്പിച്ചു! കുടൽമാല പുറത്തുചാടിയിട്ടും ജീവന്റെ അവസാനത്തെ നിമിഷം വരെ പോരാടുക, അങ്ങനെ അവസാനം മാത്രം മരിച്ചു വീഴുക, ഇത് എല്ലാവർക്കും കഴിയുന്ന കാര്യമല്ല. ഐതിഹാസികമായ ഈ ധീരതയുടെ ഉത്തമോദാഹരണമായിരുന്നു സ. ഗോപാൽറെഡ്ഡി! ആത്മധൈര്യവും ധീരതയും അവസാനം വരെ പിടിച്ചുനിൽക്കാനുള്ള കഴിവുമാണ് കമ്യൂണിസ്റ്റുകാർക്ക് ആവശ്യം. തെലങ്കാന സമരം നമുക്ക് നൽകുന്ന പാഠം ഇതാണ്.

10

പ്രതിബദ്ധത

വീരൂലപ്പാട് ഗ്രാമം പാർട്ടിയുടെ ഒരു ശക്തികേന്ദ്രമായിരുന്നു. അവിടെ കൂടുതലും കർഷകരും കർഷക തൊഴിലാളികളുമാണ് താമസിച്ചിരുന്നത്. അവിടെ മല്ലാറെഡ്ഡി, ജാനകി രാമയ്യ എന്നീ കൃഷിക്കാരുണ്ടെന്ന് സുന്ദരയ്യക്ക് അറിയാമായിരുന്നു. ജാനകി രാമയ്യ അവിടത്തെ പാർട്ടി ലീഡറും മല്ലാറെഡ്ഡി പാർട്ടിയുടെ ഉറച്ച അനുഭാവിയുമായിരുന്നു. തെലങ്കാന ഗ്രാമങ്ങളിലെ ജനങ്ങളുമായുള്ള നിരന്തരസമ്പർക്കംകൊണ്ട് മിക്ക ഗ്രാമങ്ങളിലും അദ്ദേഹത്തിന് നേരിട്ടറിയാമായിരുന്ന പ്രവർത്തകരുണ്ടായിരുന്നു. അവരുടെ പേരുകൾപോലും അദ്ദേഹം ഓർത്തുവെച്ചിരിക്കും. തെലങ്കാനസമരം നടക്കുന്ന കാലമായതുകൊണ്ട് യാത്രകളെല്ലാം മിക്കവാറും രാത്രികാലങ്ങളിലായിരിക്കും. പൊലീസിന്റെ കണ്ണുവെട്ടിച്ചുകൊണ്ടുവേണമല്ലോ യാത്ര. നടന്ന് നടന്ന് ക്ഷീണിക്കുമ്പോൾ ഗ്രാമത്തിലെ ഏതെങ്കിലും അറിയപ്പെടുന്ന പ്രവർത്തകന്റെ വീട്ടിൽക്കയറി വിശ്രമിക്കും. ഒരിക്കൽ വീരുലപ്പാട് എത്തുമ്പോൾ പുലർച്ചെ നാലുമണിയായി. നേരെ മല്ലാറെഡ്ഡിയുടെ വീട്ടിൽക്കയറി. അന്ന് സുന്ദരയ്യ മല്ലാറെഡ്ഡിയോട് ചോദിച്ചു:

"എന്തുകൊണ്ടാണ് സഖാവ് പാർട്ടി മെമ്പർഷിപ്പ് എടുക്കാത്തത്?"

"എനിക്ക് ചില ദുശ്ശീലങ്ങളുണ്ട്. അതിനാൽ പാർട്ടി മെമ്പറാകാൻ എനിക്ക് യോഗ്യതയില്ല."

"പാർട്ടിക്കുവേണ്ടി എത്രയോ ത്യാഗങ്ങൾ സഹിച്ച് നിങ്ങൾ പ്രവർത്തിക്കുന്നു. നിങ്ങൾക്ക് ഈ ദുശ്ശീലങ്ങൾ മാറ്റാമല്ലോ."

"അത്രയും വേഗം മാറ്റാൻ കഴിഞ്ഞാൽ അതു ദുശ്ശീലമാവുകയില്ലല്ലോ."

"അതു മാറ്റണമെന്നാണ് ഞാൻ പറയുന്നത്."

“ഞാൻ മാറ്റാൻ ശ്രമിക്കാം. അതുവരെ പാർട്ടിക്കുവേണ്ടി എന്നാൽ കഴിയാവുന്നത് ചെയ്യാം.” മല്ലാറെഡ്ഡി പറഞ്ഞു.

അദ്ദേഹം അതീവ രഹസ്യമായി സുന്ദരയ്യക്കും കൂടെയുള്ളവർക്കും സംരക്ഷണ ചുമതലകൾ ഏർപ്പാടു ചെയ്തു. അയാളുടെ കാളയെ കാള വണ്ടിയിൽ തെളിയിച്ചുകൊണ്ട് ഒരു വണ്ടിക്കാരന്റെ വേഷത്തിൽ സുന്ദരയ്യ പകൽ സമയത്തുതന്നെ പോകേണ്ട പല സ്ഥലങ്ങളിലും പോകുകയും ചെയ്തു.

മറ്റൊരിക്കൽ സുന്ദരയ്യ പുലർച്ചെ മൂന്നു മണിക്കാണ് വീരുലപ്പാട് എത്തിച്ചേർന്നത്. ലോക്കൽ സെക്രട്ടറിയായ ജാനകി രാമയ്യയുടെ വീട് ഗ്രാമത്തിനു പുറത്തായിരുന്നു. സുന്ദരയ്യ അവിടെ ചെല്ലുന്ന സമയത്ത് ജാനകി രാമയ്യ വീട്ടിലുണ്ടായിരുന്നില്ല. പൂർണ ഗർഭിണിയായ ഭാര്യ മാത്രമാണ് വീട്ടിലുണ്ടായിരുന്നത്. അതിനു മുമ്പ് പലവട്ടം അവിടെ പോയിട്ടുള്ളതിനാൽ വീട്ടുകാരിക്ക് സുന്ദരയ്യയെ അറിയാമായിരുന്നു.

“ഞാൻ വളരെ ക്ഷീണിതനാണ്. ഒന്നുരണ്ടുമണിക്കൂർ ഇവിടെ കിടന്നുറങ്ങിയശേഷം അഞ്ചുമണിക്ക് ഞാൻ എഴുന്നേറ്റില്ലെങ്കിൽ എന്നെ വിളിച്ചുണർത്തണം.” എന്നുപറഞ്ഞ് സുന്ദരയ്യ കിടന്നു.

എത്രവലിയ ഉറക്കത്തിലായാലും ഉണരണമെന്ന് നിനച്ച സമയത്ത് സുന്ദരയ്യ ഉണരും. അദ്ദേഹത്തിന്റെ മനോഘടികാരം ആ രൂപത്തിലാണ് പ്രവർത്തിച്ചുകൊണ്ടിരിക്കുന്നത്. അതിനാൽ കൃത്യസമയത്തുതന്നെ അദ്ദേഹം ഉണർന്നു. ഉണർന്നു നോക്കുമ്പോൾ ജാനകീ രാമയ്യയുടെ ഭാര്യ, കാണാതായ കോഴിയെ തെരയുന്ന മട്ടിൽ വീടിനു ചുറ്റും നടന്നുകൊണ്ടിരിക്കുന്നു. പാവങ്ങളുടെ മോചനത്തിനുവേണ്ടി അഹോരാത്രം അധ്വാനിച്ചുകൊണ്ടിരിക്കുന്ന മഹാനായ ആ നേതാവിനുവേണ്ടി അവർ ഉറങ്ങാതെ കാവൽ നിൽക്കുകയാണ്. ഭർത്താവ് സ്ഥലത്തില്ലാതിരുന്നതിനാൽ അത് തന്റെ കടമയാണെന്നവർ കരുതി. പ്രസവദിനം അടുത്തിട്ടുപോലും, അതിന്റെ ക്ഷീണം വകവെക്കാതെ അവർ ഒരു മുൻകരുതലെന്ന നിലയിൽ മുറ്റത്ത് ഉലാത്തുന്നു. അതു മനസിലാക്കിയ സുന്ദരയ്യ ചോദിച്ചു:

“ഞാൻ വന്നു കിടന്നതുമുതൽ നിങ്ങൾ ഇങ്ങനെ നടക്കുകയായിരുന്നോ? അതോ ഇപ്പോൾ എഴുന്നേറ്റതാണോ?”

അവർ ഒന്നു ചിരിച്ചതല്ലാതെ മറുപടി ഒന്നും പറഞ്ഞില്ല.

11

രഹസ്യങ്ങളുടെ താക്കോൽ

തെലങ്കാന ഗ്രാമങ്ങളിൽ പൊരിഞ്ഞ പോരാട്ടം നടന്നിരുന്നതു കൊണ്ട് സമ്പന്നരായ ഭൂവുടമകളിൽ ഭൂരിഭാഗവും പട്ടണങ്ങളിലേക്ക് മാറിത്താമസിച്ചുകൊണ്ടിരുന്നു. നഗരങ്ങളിലെ സമ്പന്നർ താമസിക്കുന്ന ഇടങ്ങളിലാണ് ഇവർ താമസസ്ഥലങ്ങൾ കണ്ടെത്തിയത്. ചിലർക്ക് ആദ്യം മുതലേ പട്ടണങ്ങളിൽ സ്വന്തം വീടുകൾ ഉണ്ടായിരുന്നു. അല്ലാത്തവർ സൗകര്യമുള്ള വീടുകൾ കണ്ടുപിടിച്ച് അവിടേക്ക് താമസം മാറ്റി. ഈ ഒരു ചുറ്റുപാടിലും ഹൈദരാബാദ് നഗരത്തിൽ വാടകക്ക് വീടുകൾ ലഭിക്കുവാൻ വലിയ പ്രയാസമുണ്ടായിരുന്നില്ല. പത്തോ, പതിനഞ്ചോ രൂപ കൂടുതൽ വാടക നൽകാൻ തയാറായാൽ വാടകയ്ക്കെടുത്തവർ ആരെന്നുപോലും അന്വേഷിക്കുവാൻ വീട്ടുടമസ്ഥർ മിനക്കെട്ടിരുന്നില്ല. സംശയം തോന്നാത്തവിധം കഴിഞ്ഞുകൂടുവാൻ വിശ്വാസയോഗ്യമായ ഒരു കഥമെനഞ്ഞുണ്ടാക്കണം. വസ്ത്രധാരണത്തിലും പെരുമാറ്റത്തിലും തദ്ദേശീയനാണെന്ന് തോന്നിക്കണം. ഈ ഒരു അനുകൂല സാഹചര്യം കണക്കിലെടുത്ത് ഹൈദരാബാദ് നഗരത്തിൽ പാർട്ടിയുടെ ഒരുപാട് രഹസ്യസങ്കേതങ്ങൾ പ്രവർത്തിച്ചിരുന്നു.

ഇതിനെല്ലാം പണം എവിടെനിന്നുലഭിക്കും? തെലങ്കാനസമരം ധനികരും ജനദ്രോഹികളുമായ ഭൂവുടമകൾക്കെതിരായ സമരമായതുകൊണ്ട് സംഘാടകർക്ക് പണം സംഭരിക്കാൻ യാതൊരു വിഷമവും നേരിട്ടിരുന്നില്ല. കൃഷിക്കാരും സാധാരണക്കാരും സ്വന്തം ആവശ്യങ്ങൾ മാറ്റിവെച്ചുകൊണ്ടുപോലും, പാർട്ടിക്കാവശ്യമായ പണം നൽകാൻ മുന്നോട്ടുവന്നു. ഇത് തികച്ചും ആവേശജനകമായ ഒരനുഭവമായിരുന്നു.

രഹസ്യസങ്കേതത്തിൽനിന്ന് പുറത്തുപോകുന്ന സഖാക്കൾ ചില നിബന്ധനകൾ പാലിക്കേണ്ടതുണ്ടായിരുന്നു. അവർ ഒരു നിശ്ചിത സമയത്തിനുള്ളിൽ മടങ്ങിവന്നുകൊള്ളണം. ഏതെങ്കിലും കാരണവശാൽ

അൽപ്പം വൈകിയാൽത്തന്നെ അതിന് അരമണിക്കൂറിലധികം എടുക്കാൻ പാടുള്ളതല്ല. ഈ സമയവും കഴിഞ്ഞ് തിരിച്ചെത്തിയില്ലെങ്കിൽ, എന്തെങ്കിലും അപകടം സംഭവിച്ചിരിക്കും എന്ന് ഊഹിച്ച് എത്രയും പെട്ടെന്ന് ആ രഹസ്യസങ്കേതം അവിടെനിന്ന് മാറ്റി സ്ഥാപിക്കും.

രഹസ്യങ്ങളുടെ മേൽനോട്ടത്തിനായി പല സ്ഥലങ്ങളിലും സ്ത്രീ സഖാക്കളെയാണ് നിയമിച്ചിരുന്നത്. സ്ത്രീകൾ - സമർഥമായും സമയോചിതമായും രഹസ്യസങ്കേതങ്ങളുടെ മേൽനോട്ടം വഹിച്ചിരുന്നു. സമരരംഗത്തെ മുന്നോട്ടുള്ള പ്രയാണത്തിൽ സ്ത്രീസഖാക്കൾപോലും സ്വയം വളരുകയും മുന്നേറുകയും അതിന്റെ ഔന്നത്യത്തിലേക്ക് എത്തിച്ചേരുകയും ചെയ്യും എന്നതാണ് തെലങ്കാന സമരം നമുക്ക് നൽകുന്ന പാഠം.

രഹസ്യ സങ്കേതങ്ങളിലെ ഉത്തരവാദപ്പെട്ട സ്ത്രീ സഖാക്കളെ പറഞ്ഞു മനസിലാക്കിയാൽ ഒട്ടും പിഴവുപറ്റാതെ, വളരെ തന്മയത്വത്തോടെ അവർ അത് നടപ്പിലാക്കിയിരിക്കും. അപകടങ്ങൾ സംബന്ധിച്ച് ചില പ്രത്യേക അടയാളങ്ങളുണ്ട്. സങ്കേതത്തിലെ സഖാക്കൾക്കല്ലാതെ മറ്റാർക്കും ഇത് മനസിലാവുകയില്ല. ഉദാഹരണമായി, കെട്ടിടത്തിന്റെ മുകൾത്തട്ടിൽ തുണിനനച്ച് പുറത്തേക്ക് കാണുംവിധം ഉണക്കാനിടും. അപകടമൊന്നുമില്ലെങ്കിൽ, ആ തുണി ഇരുപത്തിനാലുമണിക്കൂറും അവിടെത്തന്നെ കിടക്കും. അപകടം മണത്തറിഞ്ഞാൽ തുണി അവിടെനിന്നു മാറ്റും. ആർക്കും ഒരു സംശയത്തിനും ഇടകൊടുക്കാത്ത ഈ രീതി, പാലിച്ചുപോരുന്നതിൽ സ്ത്രീ സഖാക്കൾ പ്രത്യേക മികവു പ്രദർശിപ്പിച്ചിരുന്നു. കെട്ടിടത്തിന് മുകളിലെ തുണി പുറമേക്ക് എളുപ്പം കാണാവുന്നതാണ്. അവിടെ തുണികളൊന്നും കാണാനില്ലെങ്കിൽ സന്തതസഹചാരിയായ അപകടം ഇതാ മുന്നിൽ വന്നുപെട്ടിരിക്കുന്നു എന്നും അതിനാൽ കെട്ടിടത്തിന്റെ അടുത്തേക്ക് വന്നുകൂടാ എന്നും സഖാക്കൾക്ക് പെട്ടെന്ന് മനസിലാക്കാൻ കഴിയും.

മനോരാജ്യങ്ങളിൽ മുഴുകിപ്പോകുന്നവരും, വേണ്ടത്ര ശ്രദ്ധിക്കാതെ നടക്കുന്നവരും പൊലീസ് പിടിയിലായ ധാരാളം അനുഭവങ്ങളുണ്ട്. ഒരിക്കൽ നിശ്ചിത സമയവും കഴിഞ്ഞ്, വൈകി എത്തിയ മഹീന്ദർ എന്ന യുവാവ് കെട്ടിടത്തിനു മുകളിലെ അപായ സൂചന ശ്രദ്ധിക്കാതെ രഹസ്യകേന്ദ്രത്തിലേക്ക് കടന്നുവന്നു. ഒട്ടും താമസിയാതെ, പൊലീസ് പിടിയിലാവുകയും ചെയ്തു.

ഏതെങ്കിലും ഒരു സഖാവ് അറസ്റ്റ് ചെയ്യപ്പെടുകയാണെങ്കിൽ, അയാൾക്കറിയാവുന്ന എല്ലാ രഹസ്യസങ്കേതങ്ങളും ഉടനെ ഒഴിവാക്കും. അതിഭീകരമായ പൊലീസ് മർദനം സഹിക്കാൻ കഴിയാതെ ചില സഖാക്കൾ എന്തെങ്കിലും സത്യങ്ങൾ പറഞ്ഞെന്നിരിക്കും. അത് ഒരു കുറ്റമായി കണക്കാക്കാൻ കഴിയില്ല. എന്നാൽ അത്തരം സന്ദർഭങ്ങളിൽ അവർ പാലിക്കേണ്ട ചില ഉത്തരവാദിത്തങ്ങൾ പ്രത്യേകം ഓർമിപ്പിക്കാറുണ്ട്. പിടിക്കപ്പെട്ടാൽ പെട്ടെന്ന് രഹസ്യങ്ങളൊന്നും പറഞ്ഞുപോകരുത്. എന്തുകൊണ്ടെന്നാൽ അൽപ്പംസമയം പിന്നിട്ടുകഴിയുമ്പോഴേക്ക് അപകടം മണ

ത്തറിഞ്ഞ് മറ്റുള്ളവർ രക്ഷപ്പെട്ടുകൊള്ളും. എത്ര കൊടിയ പീഢനം ഏൽക്കേണ്ടിവന്നിട്ടും ഒരക്ഷരംപോലും പറയാതെ തോക്കിന്റെ മുന്നിൽ വിരിമാറു കാട്ടിയ ധീരന്മാരും തെലങ്കാന സമര ചരിത്രത്തിലുണ്ട്.

ആയുധമെടുത്ത് ശത്രുക്കൾക്കെതിരെ പോരാടിക്കൊണ്ടിരുന്ന കർഷക ഗറില്ലകൾക്ക് ദൈനംദിനമുള്ള പ്രായോഗിക നേതൃത്വം നൽകിയിരുന്ന നേതാവെന്ന നിലയ്ക്ക് സുന്ദരയ്യയുടെ രഹസ്യസങ്കേതത്തിലേക്ക് ആരും വന്നുകൂടാ എന്നാണ് നിയമം. അപൂർവം ചില ഒഴിവുകഴിവുകൾ കണ്ടേക്കാം.

ഹൈദരാബാദിലെ ഒരു രഹസ്യസങ്കേതം പൊലീസ് വളഞ്ഞുപിടിച്ചെന്നും അവിടെ ഏഴു സഖാക്കളുണ്ടെന്നും ആ ഭാഗത്തെ മേൽനോട്ടം വഹിക്കുന്ന രാധാകൃഷ്ണമൂർത്തി സുന്ദരയ്യയെ അറിയിച്ചു. അതേ സങ്കേതത്തിൽത്തന്നെയുള്ള, പിടികൂടാത്തവരെ എങ്ങനെ രക്ഷിക്കാൻ കഴിയും എന്നായിരുന്നു അപ്പോൾ സുന്ദരയ്യ ചിന്തിച്ചത്. ഹൈദരാബാദ് നഗരത്തെക്കുറിച്ച് ഒന്നുമറിഞ്ഞുകൂടാത്ത പുതിയ സഖാക്കളാണവർ. അവരെ എങ്ങോട്ടു മാറ്റി പാർപ്പിക്കും? ഏതായാലും രണ്ടുമണിക്കൂർ കാത്തിരിക്കാനാണ് അപ്പോൾ സുന്ദരയ്യ നിർദേശം നൽകിയത്.

രണ്ടുമണിക്കൂർ പിന്നിട്ടശേഷം, മറ്റാരേയും അറിയിക്കാതെ സുന്ദരയ്യ തന്നെ അങ്ങോട്ടുപോയി. ആ സങ്കേതം എവിടെയാണെന്നുപോലും കൃത്യമായി അദ്ദേഹത്തിനറിയില്ലായിരുന്നു. എവിടെയൊക്കെയോ നടന്ന് അദ്ദേഹം ആ രഹസ്യകേന്ദ്രത്തിനടുത്തെത്തി. എന്നാൽ അപ്പോഴേക്കും അവരെല്ലാം പൊലീസ് പിടിയിലായിക്കഴിഞ്ഞിരുന്നു. അവരെ രക്ഷിക്കാനായില്ലല്ലോ എന്ന മനോവേദനയോടെ അദ്ദേഹം മടങ്ങിപ്പോന്നു.

ഏരിയാ കമാണ്ടറായ രാധാകൃഷ്ണമൂർത്തി ഇതറിഞ്ഞ് ഏറെ ഉൽക്കണ്ഠാകുലനായി. തെലങ്കാന സമരത്തിന്റെ മുഴുവൻ നേതൃത്വവും വഹിക്കുന്ന സഖാവ് സുന്ദരയ്യ പിടിക്കപ്പെട്ടാലോ എന്നതായിരുന്നു രാധാകൃഷ്ണമൂർത്തിയുടെ ഭയം. മൂർത്തി തന്റെ പ്രതിഷേധം ഉടനെ പ്രകടിപ്പിച്ചു.

"എന്നെ അറിയിച്ചാൽ മതിയായിരുന്നല്ലോ. ഞാൻ വേണ്ടത് ചെയ്യുമായിരുന്നു. സഖാവ് അവിടെപ്പോയത് ഒട്ടും ശരിയായില്ല. എനിക്കതിൽ പ്രതിഷേധമുണ്ട്."

എത്രവലിയ നേതാവാണെങ്കിലും, ആലോചിക്കാതെ ചെയ്ത പ്രവൃത്തിയെന്ന നിലക്ക്, സുന്ദരയ്യ തന്റെ കുറ്റം ഏറ്റുപറഞ്ഞു. ഏരിയാ കമാണ്ടറുടെ ധീരമായ സമീപനത്തെ അഭിനന്ദിക്കുകയും ചെയ്തു.

1949 കാലം. പൊലീസ് സംശയം തോന്നുന്ന ആരേയും വെറുതെ വിടുന്നില്ല. പകൽ പുറത്തിറങ്ങി നടക്കാൻപോലും പ്രയാസം. രാത്രിയിലാണെങ്കിൽ ശക്തമായ പോലീസ് പെട്രോളിങ്. തെലങ്കാന സമരവുമായി ബന്ധമുണ്ടെന്ന് സംശയിക്കുന്നവരെപ്പോലും വെടിവെച്ചുകൊല്ലുക എന്നതായിരുന്നു ഗവൺമെന്റ് നയം. അതിനാൽ രഹസ്യസങ്കേതങ്ങൾ ഇരട്ടിപ്പിക്കേണ്ടിവന്നു.

ഏതെങ്കിലുമൊരു വീടിനെക്കുറിച്ച് പൊലീസിന് സംശയം തോന്നിയാൽ ഉടനെ റെയ്ഡ് നടക്കുകയില്ല. ആ വീട്ടിലുള്ളവരേയും അവിടേക്ക് പോയിവരുന്നവരേയും രഹസ്യമായി വീക്ഷിക്കും. കൂടുതൽ തെളിവുകൾ ലഭിച്ചാൽ ആരെയെങ്കിലും അറസ്റ്റുചെയ്യും. പിന്നീട് അവരെ പീഡിപ്പിച്ച് രഹസ്യങ്ങൾ ചോർത്താനായി ശ്രമം. അതിനാൽ പുതിയ സങ്കേതങ്ങൾ കണ്ടെത്താൻ പ്രയാസം നേരിട്ടു. പലപ്പോഴും ആശുപത്രിയിൽ കഴിയുന്ന രോഗിയെപ്പോലെയാണ് കഴിച്ചു കൂട്ടിയിരുന്നത്.

ബൂത്തുമില്ലിപാട് എന്ന സ്ഥലത്ത് മദ്ദകൂരി ചന്ദ്രശേഖര റാവു ഒളിവിൽ കഴിയുന്നു എന്ന് ആരോ ഒറ്റുകൊടുത്തു. പിന്നെ ഒട്ടും താമസമുണ്ടായില്ല. പൊലീസ് വന്ന് ആ ഗ്രാമം വളഞ്ഞു. ഓരോ വീടും അരിച്ചു പെറുക്കി. രക്ഷപ്പെടാൻ ഒരുവഴിയുമില്ല. പിടിക്കപ്പെടുമെന്നുറപ്പായപ്പോൾ തനിക്കഭയം തന്ന ആ പാർട്ടി അനുഭാവിയെ രക്ഷിക്കണമെന്ന് ചന്ദ്രശേഖര റാവുവിന് തോന്നി. അല്ലാത്തപക്ഷം, ആ വീട്ടുകാർ കടുത്ത മർദനം സഹിക്കേണ്ടി വന്നേക്കും. അദ്ദേഹം ആ വീട്ടിൽനിന്നും പുറത്തിറങ്ങി റോഡിലേക്ക് നടന്നു. ഒട്ടും വൈകിയില്ല, പൊലീസ് കസ്റ്റഡിയിലായി. കീഴടങ്ങുവാൻ പൊലീസ് ആവർത്തിച്ചാവശ്യപ്പെട്ടു. ചന്ദ്രശേഖരറാവു അതിനു വഴങ്ങിയില്ല. അദ്ദേഹം പറഞ്ഞു.

“ഞാൻ ഏതൊരാദർശത്തിനുവേണ്ടി പോരാടുന്നുവോ, അതിൽ ഉറച്ചുനിൽക്കുന്നു. കീഴടങ്ങുന്ന പ്രശ്നമേയില്ല. നിങ്ങൾക്ക് വേണമെങ്കിൽ എന്നെ വെടിവെച്ചുകൊല്ലാം.”

തുടർന്ന് പൊലീസിന്റെ ഭീകരമായ മർദനമാണ് അരങ്ങേറിയത്. അദ്ദേഹത്തിൽനിന്ന് കൂടുതലായി ഒരു വിവരവും പൊലീസിന് ലഭിച്ചില്ല. അവസാനം രാഷ്ട്രീയത്തടവുകാരനായി ജയിലിലടച്ചു. അച്ഛനും അമ്മയും മരണപ്പെട്ട് 1950ൽ പരോളിലിറങ്ങിയ ചന്ദ്രശേഖര റാവു തിരിച്ചുപോകാതെ വീണ്ടും ഒളിവിൽപ്പോയി. സമയോചിതമായ റാവുവിന്റെ നടപടികളും തീരുമാനങ്ങളും ജനങ്ങളെ സംപ്രീതരാക്കി. അവർക്ക് ധീരനായ ഈ നേതാവിനോടുള്ള ആദരവും ബഹുമാനവും ഇരട്ടിച്ചു.

12

കപ്പലിലെ കള്ളന്മാർ

ആയിരത്തി തൊള്ളായിരത്തി നാൽപ്പത്തിഎട്ട് സെപ്തംബർ 13 ന് ഇന്ത്യൻ സൈന്യം ഹൈദരാബാദിലെത്തുകയും സെപ്തംബർ 18 ന് ഹൈദരാബാദ് നൈസാം കീഴടങ്ങുകയും ചെയ്തതോടെ പുതിയൊരു ജനാധിപത്യസംവിധാനവും മെച്ചപ്പെട്ട ഭരണവും കാഴ്ചവെക്കുമെന്ന് തെലങ്കാന പ്രദേശത്തെ ഭൂരിപക്ഷം ജനങ്ങളും വിശ്വസിച്ചു. പോരാത്തതിന് പുരോഗമനവാദിയായ നെഹ്റുവിലും അദ്ദേഹത്തിന്റെ ഗവൺമെന്റിലും നല്ല പ്രതീക്ഷ വെച്ചുപുലർത്തുന്നവരായിരുന്നു ഭൂരിഭാഗം ജനങ്ങളും. നൈസാമിന്റെ ഭീകരഭരണത്തിനെതിരെയാണ് നാം സമരം തുടങ്ങിയതെന്നും, നൈസാം കീഴടങ്ങിയതോടെ ഇനിയും സമരം തുടരുന്നതിൽ യാതൊരു ന്യായീകരണവുമില്ലെന്നും കമ്യൂണിസ്റ്റ് പാർട്ടിയിൽത്തന്നെ ഒരു വിഭാഗം വാദിക്കാൻ തുടങ്ങി. അതിനവർ നിരത്തിയ പ്രധാന വാദങ്ങളിലൊന്ന്, ഇന്ത്യൻ സൈന്യവുമായി ഏറ്റുമുട്ടി ചെറുത്തുതോൽപ്പിക്കുന്നതിനുള്ള ശക്തി പാർട്ടിക്കില്ല. അതിനുള്ള ആയുധങ്ങളുമില്ല എന്നായിരുന്നു. ഇന്ത്യൻ സൈന്യവുമായി ഒരു നേർക്കുനേർ പോരാട്ടത്തിനിറങ്ങുന്നത് ബുദ്ധിയല്ല എന്നത് പാർട്ടി നേതൃത്വത്തിനും സമരം നയിക്കുന്ന സംഘാടക സമിതിക്കും അറിയാത്ത കാര്യമായിരുന്നില്ല. എന്നാൽ സായുധസമരത്തിൽ പങ്കെടുത്ത് അറസ്റ്റ് ചെയ്യപ്പെട്ടവർ, നിരവധി കേസുകളിൽപ്പെട്ട് അറസ്റ്റ് വാറണ്ടുള്ളവർ, കൊലപാതകമടക്കമുള്ള ക്രിമിനൽ കേസുകളിൽ പ്രതികളായവർ, നിലനിൽപ്പിനുവേണ്ടി സമരമുഖത്തു കഴിയുന്നവർ ഇവരെക്കുറിച്ചെല്ലാം ഒരൊത്തുതീർപ്പിലെത്താതെ എങ്ങനെ സമരം പിൻവലിക്കും? ഇതായിരുന്നു സമരം നയിച്ചിരുന്ന നേതാക്കളെ വിഷമിപ്പിച്ചിരുന്നത്.

വൻകിട ജന്മിമാരുടെയും നൈസാമിന്റെ സംരക്ഷകരുടെയും വസ്തുവകകൾ പിടിച്ചെടുത്തിരുന്ന ഗറില്ലാസംഘങ്ങളെയും പാർട്ടി കർഷക

സംഘങ്ങളിൽപ്പെട്ടവരെയും നയപരമായ ഒരു തീരുമാനമെന്ന നിലയിൽ പൊതുമാപ്പുനൽകി വെറുതെ വിടുമോ? വെറുതെ വിട്ടില്ലെങ്കിൽത്തന്നെ ഉപദ്രവിക്കാതിരിക്കുകയെങ്കിലും ചെയ്യുമോ? കർഷകർ പിടിച്ചെടുക്കുകയും കൃഷിയിറക്കുകയും ചെയ്ത ഭൂമികളിൽ അവർക്കുള്ള അവകാശം അംഗീകരിക്കുവാൻ ഗവൺമെന്റ് തയാറാകുമോ? കൃഷിഭൂമി തിരിച്ചുപിടിക്കാനുള്ള ഗവൺമെന്റിന്റെ ശ്രമത്തെ തീർച്ചയായും അവർ ചെറുക്കും. ആ സമയത്ത് വേണ്ടിവന്നാൽ ആയുധമണിഞ്ഞുകൊണ്ടുതന്നെ കൃഷിക്കാരെ സഹായിക്കേണ്ടിവരും. അല്ലാത്തപക്ഷം വിപ്ലവകാരികളെ വഞ്ചകരായി കർഷകർ മുദ്രകുത്തും. അതിനിട വരുത്താൻ അനുവദിക്കരുത്. തെലങ്കാന സമരസമിതി ഈ വിധത്തിലാണ് ചിന്തിച്ചിരുന്നത്.

ഒരു ചെറിയ പണിമുടക്കുണ്ടായാൽപ്പോലും, അത് പിൻവലിക്കുന്ന പക്ഷം ചുരുങ്ങിയത് ഗവൺമെന്റ് ഭാഗത്തുനിന്ന് പ്രതികാര നടപടികൾ ഉണ്ടാവില്ല എന്നെങ്കിലും ഒരുറപ്പ് ലഭിക്കണ്ടേ? അത്തരമൊരുറപ്പോ, വാഗ്ദാനമോ ലഭിക്കുന്നതുവരെ, ഇന്ത്യൻ സൈന്യവുമായി ഏറ്റുമുട്ടാതെ ഗറില്ലാതന്ത്രങ്ങളുപയോഗിച്ച് സമരം തുടരാനാണ് പാർട്ടി തീരുമാനിച്ചത്.

ഇതേ സമയത്ത് ഒത്തുതീർപ്പിനുവേണ്ടിയുള്ള ശ്രമങ്ങളും പാർട്ടി ഒരു വശത്ത് നടത്തിക്കൊണ്ടിരുന്നു. ഈ കാര്യത്തിൽ മാധ്യസ്ഥം വഹിച്ചിരുന്നത് പ്രസിദ്ധ കവിയത്രിയായിരുന്ന സരോജിനി നായഡുവിന്റെ പുത്രൻ ജയസൂര്യയായിരുന്നു. അദ്ദേഹം ഇരുവിഭാഗവുമായി ദീർഘമായി സംസാരിച്ചു. സമരം ഒരൊത്തുതീർപ്പിലെത്തിക്കുന്നതിനും അവസാനിപ്പിക്കുന്നതിനും ആറാഴ്ചത്തെ സമയം അനുവദിച്ചു തരണമെന്ന് അദ്ദേഹം ജനറൽ ചൗധരിയോഭ്യർഥിച്ചു. എന്നാൽ ആ അഭ്യർഥന ചെവിക്കൊള്ളാൻ ജനറൽ ചൗധരി ഒരുക്കമായിരുന്നില്ല. ആറാഴ്ചക്കുള്ളിൽ സംസ്ഥാനത്തെ എല്ലാ കമ്യൂണിസ്റ്റുകാരെയും താൻ നാമാവശേഷമാക്കുമെന്ന് ജനറൽ ചൗധരി വീമ്പിളക്കി.

തെലങ്കാന ഗ്രാമങ്ങളിലെ മുക്കിലും മൂലയിലും സൈന്യവും പൊലീസുകാരും നിറഞ്ഞു. ഒരേസമയം പല ഗ്രാമങ്ങളിലും കടന്നാക്രമണങ്ങൾ നടന്നു. അറസ്റ്റും ചോദ്യം ചെയ്യലും നിർബാധം തുടർന്നു. ജയിലുകൾ നിറഞ്ഞു. മുൻപൊരിക്കലുമില്ലാത്തവിധം ഭീകരതയും അർധഫാസിസ്റ്റ് ആക്രമണവും, നൈസാം സൈന്യത്തെയും പൊലീസിനെയും അതിശയിപ്പിക്കുന്ന രീതിയിലുള്ള പീഡനങ്ങളും അഴിഞ്ഞാടി. സംശയം തോന്നിയവരെ നിർദാക്ഷിണ്യം വെടിവെച്ചുകൊന്നു. നീണ്ട പത്തുമാസക്കാലം ഈ സംഹാരതാണ്ഡവം തുടർന്നിട്ടും തെലങ്കാന സമരം അടിച്ചമർത്താനായില്ല. ഗറില്ലാ സ്ക്വാഡുകളുടെ ഊർജസ്വലമായ പരിശ്രമവും ചെറുത്തുനിൽപ്പും തന്നെയായിരുന്നു ഇതിനു കാരണം.

30,000 ത്തിനും 50,000 ത്തിനും ഇടക്കുള്ള ഇന്ത്യൻ സായുധസേനക്കെതിരെ മൂന്നുകൊല്ലക്കാലം തെലങ്കാന കർഷകർ ചെറുത്തുനിന്നു. കലപ്പയും തൂമ്പയും പിടിക്കാൻ മാത്രം അറിയാമായിരുന്ന സാധാരണ കർഷകത്തൊഴിലാളികൾ ഗറില്ലാ പോരാളികളായി മാറിയപ്പോൾ അത്ഭുതകരമായ വീറും വാശിയുമാണ് കാഴ്ചവെച്ചത്. ഇന്ത്യൻ സൈന്യം അജ

യ്യമാണ് എന്ന സങ്കൽപ്പത്തെ തെലങ്കാനയിലെ പാവപ്പെട്ട കർഷകർ തകർത്തുകളഞ്ഞു. അവർ പ്രദർശിപ്പിച്ച വിപ്ലവശക്തിയും വീറും ഇന്ത്യൻ വിപ്ലവപ്രസ്ഥാനത്തിന്റെ ചരിത്രത്തിലെ രജതരേഖയായി ഇന്നും നില കൊള്ളുകയാണ്.

1949 ഒക്ടോബർ മധ്യത്തോടെ ആരംഭിച്ച കമ്യൂണിസ്റ്റുകാരെ കാണു ന്നേടത്തുവെച്ച് കൊന്നൊടുക്കുക എന്ന നയം 1951 വരെ തുടർന്നു. ഈ നിയമത്തിന്റെ പിൻബലത്തിൽ ഏതാണ്ട് മുന്നൂറോളം നേതാക്കളെയും കാഡർമാരെയും ഈ കാലയളവിൽ അറസ്റ്റ്ചെയ്ത് കൊന്നൊടുക്കി.

ഇന്ത്യൻ സൈന്യം തെലങ്കാനയിൽ പ്രവേശിച്ച് രണ്ടുവർഷം പിന്നി ട്ടതിനുശേഷവും പ്രക്ഷോഭം തുടർന്നുകൊണ്ടേയിരുന്നു. ആയുധങ്ങൾ താഴെ വെച്ചാൽ ശത്രു ഉടനെ കൂട്ടക്കൊല നടത്തും. അതിനാൽ ഒത്തു തീർപ്പ് സാധ്യമാകും വരെ സമരം തുടരുകയേ ഗതിയുണ്ടായിരുന്നുള്ളൂ.

ഇനിയും സമരം തുടരുന്നത് ആത്മഹത്യാപരമാണെന്ന് തെലങ്കാന സമരസമിതിയിലെ പ്രധാന നേതാക്കളിലൊരാളും കമ്യൂണിസ്റ്റ് നേതാ വുമായ രവിനാരായണ റെഡ്ഡി തുടർച്ചയായി അഭ്യർഥിച്ചുകൊണ്ടിരുന്നു. സമരം തുടരുന്നതിൽ അക്ഷമനായി അദ്ദേഹം ആരെയും അറിയിക്കാതെ രഹസ്യസങ്കേതത്തിൽ നിന്നും ഓടിപ്പോയി. തെലങ്കാന സമരം അവസാ നിപ്പിക്കാൻ സാധിക്കുമോ എന്ന കാര്യത്തിൽ ഒരന്തിമതീരുമാനമെടു ക്കാൻ കഴിയുമോ എന്ന് ശ്രമിച്ചുനോക്കുന്നതിനാണ് താൻ ബോംബെ നിലേക്ക് പോകുന്നത് എന്ന ഒരു കുറിപ്പും അവിടെ എഴുതിവെച്ചിരുന്നു.

തീർച്ചയായും ബുദ്ധിപരമല്ലാത്ത ഒരു തീരുമാനമായിരുന്നു രവിനാരാ യണ റെഡ്ഡിയുടേത്. ഇതുമൂലം പൊലീസിന് അദ്ദേഹത്തെ പിടികൂടാൻ കഴിയുമായിരുന്നു. ഇതിനകം രവിനാരായണ റെഡ്ഡിയെപ്പോലെത്തന്നെ ചിന്തിച്ചിരുന്ന, സമരസമിതി നേതാക്കളിൽ ഉൾപ്പെടുന്ന എല്ലാറെഡ്ഡിയെ പോലീസ് പിടികൂടിയിരുന്നു. അദ്ദേഹത്തോടൊപ്പമുണ്ടായിരുന്ന സ്ക്വാഡ് മെമ്പർമാരെ തൽസമയം വെടിവെച്ചുകൊന്നു. മറ്റൊരു നേതാവായ രാജ് ബഹദൂറും പൊലീസ് പിടിയിലായി. അദ്ദേഹത്തെപ്പോലുള്ള ഒരു നേതാ വിനെ വെടിവെച്ചുകൊന്നാലുള്ള ഭവിഷ്യത്ത് കണക്കിലെടുത്താവും കാണുന്നേടത്തുവച്ചുവെടിവെച്ചു കൊല്ലുക എന്ന പൊലീസ് നയം നട പ്പാക്കാതിരുന്നത്.

രവിനാരായണ റെഡ്ഡി ബോംബെയിലെത്തിയശേഷം അത്യന്തം പ്രതിലോമകരമായ ഒരു രേഖ പുറത്തുവിട്ടു — തെലങ്കാന സമരം അനു ദിനം പരാജയത്തിലേക്ക് നീങ്ങുകയാണ്. അത് അത്യന്തം ദുസ്സഹമായ ഒരു സാഹചര്യത്തിലൂടെ നീങ്ങി ഒരുതരം ഭീകരപ്രവർത്തനമായി മാറി ക്കൊണ്ടിരുന്നു. ഗറില്ലാ സ്ക്വാഡുകൾ ഭീകരാന്തരീക്ഷം സൃഷ്ടിച്ച് സമ രത്തിൽ വ്യത്യസ്താഭിപ്രായം പുലർത്തുന്നവരെ പോലും വകവരുത്താൻ ഒരുങ്ങിനിൽക്കുകയാണ് എന്നിങ്ങനെയായിരുന്നു രേഖയിലെ ഉള്ളടക്കം.

ഭൂരിഭാഗം പത്രങ്ങളും രവിനാരായണ റെഡ്ഡിയുടെ ഈ പ്രസ്താ വന വൻപ്രാധാന്യത്തോടെ പ്രസിദ്ധപ്പെടുത്തി. സമരത്തേയും സമരരം

ഗത്ത് ഉറച്ചുനിന്നവരേയും ഈ പ്രസ്താവന ഒട്ടേറെ പ്രതികൂലമായി ബാധിച്ചു. പൊലീസ് ഭീകരത ഇരട്ടിയായി.

സമരരംഗത്തുണ്ടായിരുന്ന ഒരു നേതാവ് പുറത്തുവന്ന് ഈ വിധം ഒരു പ്രസ്താവന ഇറക്കിയാൽ അത് ആരെയാണ് സഹായിക്കുക? സമരം പിൻവലിക്കണമെന്ന ചിന്താഗതിക്കാരനായിരുന്നിട്ടുപോലും എല്ലാറെഡ്ഢി ഇത്ര തരം താണില്ല. ഒരു പ്രസ്താവന പുറപ്പെടുവിക്കാൻ ജയിൽ മേധാവികൾ ആവുന്നത്ര ശ്രമിച്ചിട്ടും എല്ലാറെഡ്ഢി വഴങ്ങിയില്ല. അദ്ദേഹം പറഞ്ഞു:

> ഞാൻ ഒരു പ്രസ്താവന ഇറക്കിയാൽ അത് പുറത്തുള്ള സഖാക്കൾക്കും കമ്യൂണിസ്റ്റ് പ്രസ്ഥാനത്തിനും വലിയ ദോഷം ചെയ്യും. എനിക്ക് ഭിന്നാഭിപ്രായമുണ്ടായാൽപ്പോലും ഒരു പ്രസ്താവന ഇറക്കാനുള്ള അർഹത എനിക്കില്ല.

തെലങ്കാന സമരത്തെ പുറകിൽനിന്ന് കുത്തിയ രവിനാരായണ റെഡ്ഢിയുടെ പ്രസ്താവന പാർട്ടി അതിഗൗരവമായെടുത്തു. 1950 ൽ യോഗം ചേർന്ന്, പാർട്ടി നയത്തിനെതിരെ പ്രസ്താവന ഇറക്കിയ രവിനാരായണ റെഡ്ഢിയെ പാർട്ടിയുടെ കേന്ദ്രക്കമ്മിറ്റിയിൽ നിന്ന് പുറത്താക്കി.

ക്രുദ്ധനായ രവിനാരായണറെഡ്ഢി തെലങ്കാന സമരം പിൻവലിച്ചതായി പ്രചാരണം തുടങ്ങി. ഇപ്പോൾ നടക്കുന്ന പ്രക്ഷോഭം ഒറ്റതിരിഞ്ഞ ഭീകരപ്രവർത്തനമാണെന്നും, അത് അരാജകത്വമാണെന്നും അദ്ദേഹം പ്രസ്താവന നടത്തി. ബൂർഷ്വാപത്രങ്ങൾ ഇതിന് വമ്പിച്ച പ്രാധാന്യം നൽകി. രാമചന്ദ്രറെഡ്ഢി, മുഗ്ദം മൊഹയുദ്ദീൻ, ദേശ്പാണ്ഡെ, ചന്ദു ചൗധരി തുടങ്ങിയ നേതാക്കൾ പിടിക്കപ്പെട്ട് ജയിലിൽ കഴിയുകയായിരുന്നു. ഇവരും ജയിലിൽനിന്ന് കത്തുകളെഴുതി – ഈ ഭീകരപ്രവർത്തനം ഉടനെ അവസാനിപ്പിക്കണം എന്ന് ആവർത്തിച്ചുകൊണ്ടുള്ള എഴുത്തുകൾ. സമരവിരോധികൾക്ക് സന്തോഷം പകരുന്ന ഈ എഴുത്തുകൾക്ക് സമരരംഗത്തുള്ള സഖാക്കൾ അപ്പപ്പോൾ മറുപടി നൽകി. പക്ഷേ, പത്രങ്ങൾ പ്രാധാന്യം നൽകി പ്രസിദ്ധീകരിച്ചത് സമരവിരോധികളുടെ വാർത്തകളാണ്.

തെലങ്കാന ജയിലുകളിൽ നിന്ന് പുറത്തുവന്ന ചില സഖാക്കളും ഹൈദരാബാദ് സിറ്റി ഗ്രൂപ്പും മഹേന്ദ്ര രാജ്ബഹദൂർ തുടങ്ങി രവിനാരായണ റെഡ്ഢിയോടൊപ്പം നിന്നിരുന്നവരും ചേർന്ന് പ്രത്യേകമായ ഒരു യോഗം വിളിച്ചുകൂട്ടി ഒരു പ്രിപ്പറേറ്ററി കമ്മിറ്റി രൂപീകരിച്ചു. തെലങ്കാന സമരം തെറ്റായിരുന്നു എന്ന് പ്രഖ്യാപിച്ച ഇവർ തീർത്തും സമരവിരോധികളായിമാറിക്കഴിഞ്ഞിരുന്നു. സമരം പിൻവലിച്ചതായി പ്രിപ്പറേറ്ററി കമ്മിറ്റി ആവർത്തിച്ചു പ്രഖ്യാപിച്ചു. സമരരംഗത്ത് ഉറച്ചുനിൽക്കുന്നവരുടെ മനോവീര്യം തകർക്കുക എന്നതായിരുന്നു ഇവരുടെ മുഖ്യ ഉദ്ദേശ്യം. ശത്രു ഭിന്നിപ്പിന്റെ വക്കിലാണെന്ന് മനസിലാക്കിയ ഇന്ത്യൻ സൈന്യം

ആക്രമണം കൂടുതൽ രൂക്ഷമാക്കി. ചെറുത്തുനിൽക്കാൻ കഴിയാതെ ഗറില്ലാ സ്ക്വാഡുകൾ വനങ്ങളിലേക്ക് പിൻവാങ്ങി. നിരാശരായ പല പ്രവർത്തകരും സ്ക്വാഡുകളിൽനിന്നും ഓടിപ്പോകാൻ തുടങ്ങി. സമര വിരോധികളായി മാറിയ രവിനാരായണറെഡ്ഢി ഗ്രൂപ്പിന്റെ തുടർച്ചയായ സമരവിരോധ പ്രസ്താവനകൾ സമരമുഖത്തുനിന്ന് സജീവമായി പ്രവർത്തനം നടത്തിക്കൊണ്ടിരുന്നവരെ അമ്പരപ്പിച്ചുവെന്ന് മാത്രമല്ല, നിർവീര്യമാക്കുകയും ചെയ്തു. ഇതിനിടയിൽ തെലങ്കാന സമരം തുടരുന്ന പ്രത്യേക പരിതഃസ്ഥിതിയെ വേണ്ടത്ര മനസിലാക്കാതെയും പഠിക്കാതെയുമുള്ള ഒരു സന്ദേശം പാർട്ടി ജനറൽ സെക്രട്ടറിയായ അജയ് കുമാർ ഘോഷിൽ നിന്നും ലഭിച്ചു.

"തെലങ്കാന സമരം ഉടനെ പിൻവലിച്ചില്ലെങ്കിൽ അതിനെ നിരാകരിച്ചുകൊണ്ട് ഒരു പ്രസ്താവന ഇറക്കാൻ താൻ നിർബന്ധിതനായിത്തീരും" എന്നായിരുന്നു ആ താക്കീത്.

ഈ താക്കീതിന് അന്നത്തെ ആന്ധ്രപ്രദേശ് സംസ്ഥാന സെക്രട്ടറി എം ചന്ദ്രശേഖരറാവു ചുട്ട മറുപടി നൽകി.

"ഗറില്ലാ സ്ക്വാഡുകളുടെ അടുത്തുപോയി സംഭവവികാസങ്ങൾ വിശദീകരിക്കണമെന്നായിരുന്നു സമരസമിതിയുടെ തീരുമാനം. അതിന് സമയം നൽകാതെ ഞങ്ങൾക്ക് നിങ്ങളുമായി ബന്ധമില്ലെന്ന് പാർട്ടി സെക്രട്ടറി തീരുമാനിക്കുകയാണെങ്കിൽ, അപ്രകാരം നിങ്ങളുമായി ബന്ധമില്ലെന്ന് ഞങ്ങൾക്കും പ്രഖ്യാപിക്കേണ്ടിവരും. എപ്പോൾ എങ്ങനെ സമരം പിൻവലിക്കണമെന്ന് ഇവിടുത്തെ പരിതഃസ്ഥിതികൾ കണക്കിലെടുത്തുകൊണ്ട് ഞങ്ങളാണ് തീരുമാനിക്കേണ്ടത്."

ഈ മറുപടി കിട്ടിയപ്പോഴാണ് സമരത്തിന്റെ നിജസ്ഥിതി അജയ്കുമാർ ഘോഷിന് മനസിലായത്.

വനാന്തരങ്ങളിൽ അങ്ങിങ്ങായി തമ്പടിച്ചിരുന്ന ഗറില്ലാ സ്ക്വാഡുകളെ കണ്ടെത്തുവാനും പുതിയ ധാരണയനുസരിച്ച് സമരം പിൻവലിക്കാനുള്ള തീരുമാനം അംഗീകരിപ്പിക്കാനും നേതാക്കൾക്ക് തുടർച്ചയായി മാസങ്ങളോളം കാട്ടിലൂടെ അലയേണ്ടിവന്നു. പലരും ആത്മരക്ഷയെക്കുറിച്ച് ആശങ്ക പ്രകടിപ്പിച്ചു. അവരെ കാര്യങ്ങളുടെ നിജസ്ഥിതി പറഞ്ഞ് ബോധ്യപ്പെടുത്തേണ്ടതുണ്ടായിരുന്നു. സുന്ദരയ്യ അവരെ പറഞ്ഞ് സമാധാനിപ്പിച്ചു.

"പാർട്ടിക്കുവേണ്ടി ത്യാഗം ചെയ്തവർ ഒരിക്കലും അനാഥരാവുകയില്ല."

1951ൽ സെപ്തംബർ മാസത്തിൽ പാർട്ടിയുടെ കേന്ദ്രക്കമ്മിറ്റിയിൽ നിന്നും വീണ്ടും സമ്മർദമുണ്ടായി.

"നിങ്ങൾ തീരുമാനം എടുക്കാൻ വീണ്ടും താമസം വരുത്തുകയാണ്" വീണ്ടും അതേ കുറ്റപ്പെടുത്തൽ...

ഡോ. ജയസൂര്യ പലവട്ടം തന്റെ ഒത്തുതീർപ്പിനായുള്ള ശ്രമം തുടർന്നു. എങ്കിലും അവയൊന്നും വിജയംകണ്ടില്ല. വാക്കാലുള്ള ഉറപ്പുകൾ മാത്രം.

സൈന്യത്തിന്റെ ഭാഗത്തുനിന്നുള്ള ആക്രമണം രൂക്ഷമായി. താവളങ്ങൾ പലതും തകർത്ത് ഗറില്ലാ സ്ക്വാഡുകളെ തുടർച്ചയായി വേട്ടയാടിക്കൊണ്ടിരുന്നു. പല പ്രാദേശിക കമ്മിറ്റികളും സമരം നിരുപാധികം പിൻവലിക്കുകയാണെന്ന് പ്രഖ്യാപിച്ചു. ജയിലിൽ നിന്നും പുറത്തുവന്ന പല നേതാക്കളും ഇതേ നിലപാടു തന്നെയാണ് സ്വീകരിച്ചത്. പാർട്ടി പ്രവർത്തകരും ആന്ധ്രമഹാസഭ പ്രവർത്തകരും ഗറില്ലാ സ്ക്വാഡുകളും സൈന്യത്തിന്റെ ആക്രമണങ്ങളെ ചെറുത്തുനിൽക്കാൻ സാധിക്കാതെ വിദൂരമായ വനാന്തരങ്ങളിലേക്ക് പിൻവാങ്ങുവാൻ നിർബന്ധിതരായി. സമരത്തോട് അനുഭാവമുണ്ടായിരുന്നെങ്കിലും ജനപങ്കാളിത്തം അനുദിനം കുറഞ്ഞുവരുകയായിരുന്നു. ഇതിനെല്ലാം പുറമെ, പാർട്ടിയിലെ ഒരു വിഭാഗത്തിന്റെ രൂക്ഷമായ എതിർപ്പും വിഭാഗീയമായ പ്രവർത്തനവും ചിലർ ശത്രുപക്ഷത്തോടൊപ്പം ചേരാനിടയായതും സമരത്തിന്റെ മുന്നോട്ടുള്ള പ്രയാണത്തെ തളർത്തി.

ഈ ദുസ്സഹമായ ചുറ്റുപാടിൽ സമരം തുടർന്നുകൊണ്ടുപോകാൻ നിർവാഹമല്ലാത്ത ഒരു സ്ഥിതി സംജാതമാക്കി. ഇങ്ങനെയാണ് 1951 ഒക്ടോബർ 21 ന് തെലങ്കാന സമരം പിൻവലിക്കാൻ ഇടയായത്.

നിർബന്ധിതമായ ഈ സാഹചര്യത്തിലാണ് ഉപാധികളൊന്നും അംഗീകരിക്കാതെ സമരം പിൻവലിച്ചത്. അതിനാൽ ഒളിവിൽ കഴിഞ്ഞിരുന്ന നേതാക്കൾക്കും പ്രവർത്തകർക്കും പുറത്തുവരുന്നതിനുള്ള സാഹചര്യം സംജാതമായിരുന്നില്ല. പാർട്ടിയുടെ മേൽ നിലനിന്നിരുന്ന നിരോധനം പിൻവലിച്ചിരുന്നുമില്ല.

ഈ ഘട്ടത്തിൽ ഇന്ത്യാ ഗവൺമെന്റ് ആദ്യത്തെ പൊതുതിരഞ്ഞെടുപ്പ് പ്രഖ്യാപിച്ചു. പാർട്ടിയുടെ മേൽ നിരോധനം നിലനിന്നിരുന്നതിനാൽ ജനകീയ ജനാധിപത്യമുന്നണിയുടെ പേരിലാണ് പാർട്ടി മത്സരിച്ചത്. സമരം സംബന്ധിച്ച പലവിധ കേസുകൾ നിലനിന്നിരുന്നതിനാൽ പ്രധാന നേതാക്കൾക്കൊന്നും മത്സരിക്കാനോ തിരഞ്ഞെടുപ്പ് രംഗത്ത് പ്രത്യക്ഷപ്പെടാനോ കഴിഞ്ഞില്ല. പാർട്ടിയിൽ രണ്ട് കമ്മിറ്റികളുണ്ടായിരുന്നു. ഒന്ന് അണ്ടർഗ്രൗണ്ട് കമ്മിറ്റി, രണ്ട് പാർട്ടിയുടെ പുറമെ പ്രവർത്തിക്കുന്ന കമ്മിറ്റി. രണ്ടാമത് പറഞ്ഞ കമ്മിറ്റിയാണ് തിരഞ്ഞെടുപ്പ് പ്രവർത്തനങ്ങൾക്ക് നേതൃത്വം നൽകിയത്. ത്യാഗോജ്ജ്വലമായ പാരമ്പര്യമുണ്ടായിരുന്ന ഭൂരിഭാഗത്തിനും സ്ഥാനാർഥികളാകാൻ കഴിഞ്ഞില്ല. സുന്ദരയ്യ, ബസവ പുന്നയ്യ, ഗംഗാധര റാവു, ഹനുമന്ത റാവു, ഭീമറെഡ്ഢി, നരസിംഹറെഡ്ഢി, രാജേശ്വര റാവു തുടങ്ങിയ പ്രധാന നേതാക്കളെല്ലാം അപ്പോഴും ഒളിവിൽ കഴിയുകയായിരുന്നു. അതിനാൽ പാർട്ടിക്കാവശ്യമായ സ്ഥാനാർഥികളെ കണ്ടെത്താൻ നന്നേ പ്രയാസം നേരിട്ടു. ഇക്കാലത്തിനിടയ്ക്ക് രവിനാരായണറെഡ്ഡി വീണ്ടും പാർട്ടിയിലെത്തിച്ചേർന്നിരുന്നു. അവസാനഘട്ടത്തിൽ തെലങ്കാന സമര വിരോധികളായിത്തീർന്നിരുന്ന ദേശ്പാണ്ഡെ, എല്ലാറെഡ്ഢി, രവിനാരായണറെഡ്ഡി എന്നിവരെ സ്ഥാനാർഥികളാക്കിയതിൽ പാർട്ടിക്കുള്ളിൽ കടുത്ത പ്രതിഷേധമുണ്ടായിരുന്നു. പുറമെ പ്രവർത്തിക്കുന്ന പാർട്ടി കമ്മിറ്റിയുടെ സ്വാധീനത്തോടെ

ഇവരെല്ലാം പാർട്ടിയുടെ ശക്തികേന്ദ്രങ്ങളായ നിയോജകമണ്ഡലങ്ങളിൽ സ്ഥാനാർഥിത്വം കരസ്ഥമാക്കി.

തിരഞ്ഞെടുപ്പിൽ അഭൂതപൂർവമായ വിജയമാണ് കമ്യൂണിസ്റ്റ് പാർട്ടിക്ക് ലഭിച്ചത്. പാർലമെന്റിലേക്ക് 17 പേരും അസംബ്ലിയിലേക്ക് 85 പേരും തിരഞ്ഞെടുക്കപ്പെട്ടു. കോൺഗ്രസിന് 84 എം എൽ എ മാരേ ഉണ്ടായിരുന്നുള്ളൂ. ഒരു ഫീനിക്സ് പക്ഷിയെപ്പോലെ പാർട്ടി ഉയിർത്തെഴുന്നേൽക്കുകയായിരുന്നു. ക്രൂരമായ പീഡനങ്ങൾ സഹിച്ചുകൊണ്ടും ത്യാഗപൂർണമായ പ്രവർത്തനങ്ങൾ കാഴ്ചവെച്ചുംകൊണ്ട് പാർട്ടി നടത്തിയ ഐതിസാഹസികമായ തെലങ്കാന സമരം തന്നെയാണ് ഇത്രവലിയ വിജയം നേടിക്കൊടുത്തത്.

ഇന്ത്യൻ കമ്യൂണിസ്റ്റ് പാർട്ടിയിൽ പിളർപ്പുണ്ടായത് 1964 ൽ ആണല്ലോ. എന്നാൽ ആന്ധ്രപ്രദേശിൽ ഈ പിളർപ്പ് 1951ൽ തന്നെ ആരംഭിച്ചതായി കാണാം. പാർട്ടിയെയും ആന്ധ്രമഹാസഭയെയും വിശ്വസിച്ച് ആയുധമെടുത്ത് ജീവൻമരണ പോരാട്ടം നടത്തിയ ധീരന്മാരായ പാർട്ടി കേഡർമാരെ ഒറ്റിക്കൊടുക്കുംവിധമുള്ള കടുത്ത ദ്രോഹമാണ് ഒരുവിഭാഗം പാർട്ടിനേതാക്കൾ നടത്തിയതെന്ന് രേഖപ്പെടുത്താതിരിക്കാനാവില്ല. തെലങ്കാന സമരത്തെ ഒറ്റതിരിഞ്ഞ ഭീകരപ്രവർത്തനമായും അക്രമമായും ചിത്രീകരിച്ചത് കടുത്ത ദ്രോഹം തന്നെയായിരുന്നു. പ്രക്ഷോഭത്തിന്റെ അവസാനത്തെ രണ്ടുവർഷക്കാലം പാർട്ടിയെ പീഡിപ്പിച്ചുകൊണ്ടിരുന്ന ഉൾപ്പാർട്ടി സംഘർഷമാണ് തെലങ്കാന സായുധ സമരം നിരുപാധികം പിൻവലിക്കാൻ ഇടയാക്കിയത്.

പ്രസ്ഥാനത്തിനുവേണ്ടി ത്യാഗപൂർണമായി പ്രവർത്തിച്ചവരെ നേതൃത്വത്തിലേക്ക് ഉയർന്നുവരാതിരിക്കാൻ അവിടത്തെ പാർട്ടി നേതൃത്വം 1951 മുതലേ ശ്രമം തുടങ്ങിയതായി കാണാം. ഒളിവിൽ കഴിഞ്ഞിരുന്ന സഖാക്കൾക്ക് തോക്കുപിടിക്കാനല്ലാതെ മറ്റൊന്നും അറിയില്ല എന്നീ വാദമുഖങ്ങൾ ഉന്നയിച്ച് അവരെ മേൽക്കമ്മിറ്റികളിലേക്ക് ഉയരാൻ അനുവദിക്കാതിരിക്കുകയും അതുവഴി യഥാർഥവിപ്ലവകാരികൾ പാർട്ടിയിലെ ഉന്നത ശ്രേണിയിലേക്ക് ഉയർന്നുവരാതിരിക്കുകയും ചെയ്യുക എന്നതിനാണ് നേതൃത്വം ബോധപൂർവം ശ്രമിച്ചത്. ഒരു സന്നിഗ്ധഘട്ടത്തിൽ പാർട്ടിയെയും തെലങ്കാന സമരത്തെയും പുറകിൽ നിന്നു കുത്തിയ രവിനാരായണറെഡ്ഢി, എല്ലാറെഡ്ഢി, രാജശേഖര റെഡ്ഢി എന്നിവരെ അനാവശ്യമായി സംരക്ഷിക്കുകയും അവരുടെ മേൽ പാർട്ടി എടുത്ത ശിക്ഷാനടപടികൾ പിൻവലിക്കുകയും അവരെ പഴയസ്ഥാനങ്ങളിൽത്തന്നെ തുടരാൻ അനുവദിക്കുകയും ചെയ്തത് ഒരിക്കലും നീതീകരിക്കാൻ കഴിയാത്ത കാര്യങ്ങളായിരുന്നു. ഇതേച്ചൊല്ലി പാർട്ടിയിൽ ദീർഘകാലം വാഗ്വാദങ്ങളും ഉൾപ്പാർട്ടി ചർച്ചകളും ഉണ്ടായി. 1964 ൽ പാർട്ടി പിളർന്നപ്പോൾ ഇവരെല്ലാം സി പി ഐ യുടെ നേതാക്കളായി കാണപ്പെട്ടു. ഒരേ തൂവൽപ്പക്ഷികൾ ഒന്നിച്ചുകൂടുക എന്നത് സർവസാധാരണമാണല്ലോ.

13

തിരിച്ചറിവിന്റെ ബാലപാഠം

ആയിരത്തി തൊള്ളായിരത്തി അമ്പത് തെലങ്കാന കർഷകർ തങ്ങളുടെ ഹൃദയരക്തംകൊണ്ട് നാടിനെ ചുവപ്പിച്ച കാലം.

ഹൈദരാബാദ് നൈസാം കീഴടങ്ങിയതോടെ സമരത്തിന്റെ ഗതി മാറി. ഇന്ത്യൻ സൈന്യം തെലങ്കാന ഗ്രാമങ്ങളിലെത്തിയതോടെ എന്തും സംഭവിക്കാവുന്ന ഒരന്തരീക്ഷം സംജാതമായി. ജനറൽ ജെ എൻ ചൗധരി മുൻപിൻ നോക്കാതെ പ്രഖ്യാപിച്ചു. "എനിക്ക് ഒരു ആറാഴ്ചത്തെ സമയം തരൂ. പിന്നെ ഒരൊറ്റ കമ്യൂണിസ്റ്റുകാരനും ഈ തെലുങ്ക് നാട്ടിൽ അവശേഷിക്കുകയില്ല!"

ഒരേസമയം പല ഗ്രാമങ്ങളിലും കടന്നാക്രമണങ്ങൾ, അറസ്റ്റുകൾ.... ക്രൂരമായ മർദനമുറകൾ... ജയിലുകൾ നിറഞ്ഞു. ഷൂട്ട് അറ്റ് സൈറ്റ് വ്യാപകമാക്കി. കമ്യൂണിസ്റ്റ് ഗറില്ലകളടക്കം സംശയം തോന്നിയവരെപ്പോലും തോക്കിനിരയാക്കി. ജയിലിനകത്തെ സ്ഥിതി അത്യന്തം ഭീകരം, ക്രൂരം! ഈ കൊടും ക്രൂരതകളെക്കുറിച്ചുള്ള വാർത്തകൾ ജയിൽഭിത്തികളെ തുളച്ചുകൊണ്ട് പുറത്തുവന്നു. അവ പത്രപംക്തികളിലെ തലക്കെട്ടുകൾ പിടിച്ചെടുത്തു. ജയിലറകളിലെ മനുഷ്യരോദനങ്ങൾ തുടർക്കഥകളായി. അവ ഹിറ്റ്ലറെ പോലും നാണിപ്പിക്കുന്നതായിരുന്നു. നിഷ്പക്ഷമതികളും മനുഷ്യാവകാശ കമ്മീഷനും രംഗത്തുവന്നു. അതോടെ നിഷേധത്തിന്റെ പുകമറകൾ അലിഞ്ഞുപോയി. പ്രതിഷേധ ജ്വാലകളെ അവഗണിക്കാനാകാതെ ഗവൺമെന്റ് ഒരു കമ്മീഷനെ നിയമിക്കാൻ നിർബന്ധിതമായി. തടവുകാരെക്കുറിച്ചുള്ള ആക്ഷേപങ്ങളിൽ കഴമ്പുണ്ടോ എന്ന് പരിശോധിക്കാനും നിരപരാധികളെന്ന് ബോധ്യപ്പെടുന്നവരെ വിട്ടയക്കുവാനും ഈ കമ്മീഷന് അധികാരം നൽകി. പ്രതിഷേധ കൊടുങ്കാറ്റുകളെ തടയിടാനുള്ള ഒരു പുകമറ മാത്രമായിരുന്നു ഈ കമീഷൻ. എന്തെന്നാൽ, ആ

കമീഷനിൽ ഉദ്യോഗസ്ഥ പ്രമാണികളും കമ്യൂണിസ്റ്റ് വിരോധികളും ഭരണകക്ഷിയിലെ ഭൂപ്രഭുക്കളും മാത്രമാണ് അംഗങ്ങളായിരുന്നത്. അവരിൽ നിന്ന് നീതി പ്രതീക്ഷിക്കുക എളുപ്പമായിരുന്നില്ല. തങ്ങൾ കമ്യൂണിസ്റ്റുകാരല്ലെന്നും കമ്യൂണിസ്റ്റുകാരുടെ വാഗ് വിലാസത്തിൽ അറിയാതെ അകപ്പെട്ടുപോയവരാണെന്നും തടവുകാരെക്കൊണ്ട് കുറ്റസമ്മതം നടത്തിക്കാൻ ഈ കമീഷൻ അംഗങ്ങൾ തീവ്രശ്രമം നടത്തി. കമ്യൂണിസ്റ്റുകാരല്ലെന്ന് പറയുകയേ വേണ്ടൂ. പിന്നെ ഭയപ്പാടുവേണ്ട.

തടവുകാരിൽ ഓരോരുത്തരുമായും കമീഷനംഗങ്ങൾ ഒറ്റക്കൊറ്റക്കായി കൂടിക്കാഴ്ച നടത്തി. അവർ ചോദിച്ചു: ഇവർ ക്രൂരന്മാരും കൊലയാളികളുമാണോ?

"എന്തും ചെയ്യാൻ മടിക്കാത്തവരും പിടിച്ചുപറിക്കാരുമാണോ?"

"ഒറ്റക്കൊറ്റയ്ക്ക് കാണുമ്പോൾ അങ്ങനെ തോന്നുകയേ ഇല്ല!"

"അവരിൽ നാട്ടിൻപുറത്തെ കൃഷിക്കാരന്റെ നിഷ്കളങ്കമായ മുഖഭാവം. ദീനാനുകമ്പ..."

"അവർ ദീനമായി കേഴുന്നില്ല!"

"അവർ ദയക്കുവേണ്ടി യാചിക്കുന്നില്ല!"

തടവറയിലെ കുടുസ്സായ ഇരുട്ടുമുറികളിൽ കിടന്ന് അവരുടെ ആരോഗ്യം തകർന്നിരിക്കുന്നു.

പാറിപ്പറക്കുന്ന ചെമ്പിച്ച തലമുടി...

രക്തക്കറ പുരണ്ട കീറിപ്പറിഞ്ഞ വസ്ത്രങ്ങൾ.

ആ നിഷ്കളങ്ക മുഖങ്ങളിൽ മർദനത്തിന്റെ കരുവാളിച്ച പാടുകൾ.

എന്നിരുന്നാലും...

ആ മുഖങ്ങളിൽ അചഞ്ചലമായ ആത്മവിശ്വാസത്തിന്റെ തിളക്കം!

കമീഷനംഗങ്ങൾ തമ്മിൽത്തമ്മിൽ പറഞ്ഞു:

"ഇവർ കുറ്റംചെയ്തവരാകാൻ വഴിയില്ല."

"നോക്കൂ. എന്തൊരു നിഷ്കളങ്കഭാവം; ഇവർക്ക് ഒരു ഉറുമ്പിനെ പോലും നോവിക്കാൻ കഴിയുമോ?"

"ഇവർ പാവപ്പെട്ട കൃഷിക്കാരാണ്. ഇവരെ ഈ വിധം പീഡിപ്പിക്കുന്നത് കഷ്ടമാണ്."

പെട്ടെന്ന് അവരെ നടുക്കുന്ന ഒരു സംശയം?

"ഇവരിൽ കമ്യൂണിസ്റ്റുകാരുണ്ടോ? ഉണ്ടെങ്കിൽ എങ്ങനെ തിരിച്ചറിയും?"

ഒറ്റക്കൊറ്റയ്ക്കുള്ള കൂടിക്കാഴ്ചകൾക്കു ശേഷം ജയിൽ വരാന്തയിൽ കൂട്ടംകൂടി നിൽക്കുന്ന തടവുകാരോട് കമീഷന്റെ മേധാവി ആരാഞ്ഞു:

"നിങ്ങൾ കുറ്റം ചെയ്തവരാണോ? എന്തു കുറ്റമാണ് ചെയ്തത്?"

"ഞങ്ങൾ കുറ്റം ചെയ്തവരല്ല. തലമുറകളായി ഭൂപ്രഭുക്കളുടെ പീഡനമേറ്റുവാങ്ങുന്ന പാവപ്പെട്ട കൃഷിക്കാരാണ് ഞങ്ങൾ."

"എന്താണ് നിങ്ങളുടെ ആവശ്യം? കൂടുതലായെന്തെങ്കിലും പറയാനുണ്ടോ?"

"കൃഷി ചെയ്യാൻ ഭൂമി വേണം. ചൂഷകരായ ഈ ഭൂസ്വാമിമാരിൽ നിന്നും മോചനം വേണം?"

കമീഷനംഗങ്ങൾ നെറ്റി ചുളിച്ചു.

"എന്ത് നിങ്ങൾ കമ്യൂണിസ്റ്റുകാരാണോ?"

"അതെ, ഞങ്ങൾ കമ്യൂണിസ്റ്റുകാരാണ്. തടവുകാരുടെ കൂട്ടായ ഇടി മുഴക്കംപോലുള്ള ശബ്ദം."

റിലീസ് കമ്മിറ്റിയുടെ നേതൃത്വം ഒരു അനന്താചാരിക്കായിരുന്നു. അദ്ദേഹവും ഉദ്യോഗസ്ഥ വൃന്ദവും ചേർന്ന് ഗുൽബർഗ് ജയിലിൽ സന്ദർശിച്ച വേളയിൽ തടവുകാരോട് വരിവരിയായി നിൽക്കാൻ ആജ്ഞാപിച്ചു. തലഉയർത്തി നിൽക്കുന്ന തടവുകാരിൽ അനുസരണക്കേടിന്റെ അടയാളം ദർശിക്കാനേ അനന്താചാരിക്കു കഴിഞ്ഞുള്ളൂ. അവരിൽ ഒരാളുടെ തലമുടി വലിച്ചുപിടിച്ചുകൊണ്ട് ഒട്ടൊരു പരിഹാസത്തോടെ അനന്താചാരി ചോദിച്ചു.

"ഒരു കമ്യൂണിസ്റ്റുകാരൻ എന്തിനെപ്പോലെ ഇരിക്കും?"

പെട്ടെന്ന് തലഉയർത്തി ഒരു തടവുകാരൻ മറുപടി നൽകി:

കവിത രൂപത്തിലുള്ള ആ വാക്കുകൾ ഇതാ:

വൃദ്ധനായ അനന്താചാരി-
അങ്ങറിയാൻ ഇതാ എന്റെ വാക്കുകൾ
അധ്വാനിക്കുന്നവർക്കിടയിൽ
തൊഴിലെടുക്കുന്നവർക്കിടയിൽ
അതെ? കമ്യൂണിസ്റ്റുകാരൻ
കർഷകരുടെ ഇടയിലും
കർഷക തൊഴിലാളികൾക്കിടയിലും
കമ്യൂണിസ്റ്റുകാരനെ കാണാം.
പാവപ്പെട്ടവരോടൊപ്പവും
പീഡനം സഹിക്കുന്നവരോടൊപ്പവും
കമ്യൂണിസ്റ്റുകാരനുണ്ടാവും.
ക്ഷാമവും വരൾച്ചയും അനുഭവിക്കുന്നവർക്കിടയിലും
അവശരും ആർത്തരുമായവർക്കിടയിലും
കമ്യൂണിസ്റ്റുകാരനെ കാണാം.
അവർ പ്രതിഫലം ഇച്ഛിക്കാതെ കർമം ചെയ്യുന്നവരാണ്.
ത്യാഗം ജീവിതമാക്കിയവരാണ്.
അവർ ധീരന്മാരാണ്.
അനീതിയെ ചോദ്യം ചെയ്യുന്നവരാണ്.
ധനികരിലും ദേശസ്നേഹികളിലും
കോൺഗ്രസുകാരിലും ചെറുപ്പക്കാരിലും
എന്തിന് വക്കീലന്മാരിലും
കമ്യൂണിസ്റ്റുകാർ ഉണ്ടായിക്കൊണ്ടിരിക്കുന്നു.

അവർ എവിടെയും ഉണ്ട്.
നിങ്ങളുടെ ഛായയിലും
എന്റെ ഛായയിലും
കമ്യൂണിസ്റ്റുകാരെ നശിപ്പിക്കാമെന്ന
നിങ്ങളുടെ വ്യാമോഹം വലിച്ചെറിയുക.
കമ്യൂണിസ്റ്റുകാർ
ഭാരതമാതാവിന്റെ മക്കളാണ്.
വൃദ്ധനായ അനന്താചാരി അങ്ങറിയാൻ
ഇതാ എന്റെ വാക്കുകൾ.

റിലീസ് കമ്മിറ്റി അംഗങ്ങളെ പ്രകോപിപ്പിക്കാൻ ഇതിൽ കൂടുതൽ എന്തുവേണം? ധിക്കാരിയായ ഈ തടവുകാരൻ തങ്ങളെ അപമാനിച്ചതായി അവർ ധരിച്ചുവശായി. തടവുകാരിൽ കലാകാരന്മാരും കവികളുമുണ്ടാകാമെന്ന് അവർക്ക് ചിന്തിക്കാനേ കഴിഞ്ഞില്ല.

മർദിച്ചവശനാക്കി ആ സഖാവിനെ അവർ വീണ്ടും ബാരക്കിലടച്ചു. തെലങ്കാന സമരചരിത്രത്തിൽ ചോരതിളയ്ക്കുന്ന ഇത്തരം അനുഭവങ്ങൾ നിരവധിയാണ്.

14

സുന്ദരയ്യ ആദർശവും ജീവിതവും

ജനകീയ യുദ്ധത്തെക്കുറിച്ച് പാർട്ടിയിൽ ചർച്ച നടക്കുന്ന കാലത്ത്, സുന്ദരയ്യ കേന്ദ്രക്കമ്മിറ്റിയുടെ പ്രവർത്തനവുമായി ബോംബെയിൽ താമസിക്കുകയായിരുന്നു. നാടിന്റെ സ്വാതന്ത്ര്യസമരത്തെ ലോകസമാധാനത്തിനുവേണ്ടിയുള്ള പോരാട്ടത്തിന്റെ ഭാഗമായി കാണുകയെന്ന പാർട്ടിയുടെ സമീപനം ഒട്ടേറെ വിവാദങ്ങൾക്ക് കാരണമായി. ഒഴുക്കിനെതിരായുള്ള ഒരു നീന്തലായിരുന്നു ഇത്. തന്മൂലം സാധാരണ ജനങ്ങൾക്കിടയിൽ നിന്ന് പാർട്ടി ഒറ്റപ്പെട്ടുപോയി. ദേശീയ സ്ഥിതിഗതികളെ സാർവദേശീയ സ്ഥിതിഗതികളുമായി കൂട്ടിയിണക്കുന്നതിൽ പാർട്ടിക്ക് പരാജയം സംഭവിച്ചതായി മനസിലാക്കുവാൻ പിന്നേയും വർഷങ്ങൾ തന്നെ പിന്നിടേണ്ടി വന്നു. 1951ൽ സോവിയറ്റ് യൂണിയനിൽ പോയപ്പോൾ പാർട്ടിയുടെ പ്രതിനിധിസംഘം ഈ പ്രശ്നത്തെക്കുറിച്ച് സ്റ്റാലിനോട് സംസാരിക്കുകയുണ്ടായി. അദ്ദേഹം പറഞ്ഞു:

> സാർവദേശീയ കർത്തവ്യങ്ങൾ നിറവേറ്റുവാൻ നിങ്ങൾ ഒരുങ്ങുന്നത് ശരിതന്നെ. എന്നാൽ സാർവദേശീയ പരിത:സ്ഥിതിയെയും ദേശീയ പരിത:സ്ഥിതിയെയും കൂട്ടിയിണക്കി ജനങ്ങളുടെ മുന്നിൽ അവതരിപ്പിക്കുന്നതിൽ നിങ്ങൾക്കു തെറ്റുപറ്റി. ഈ വൈരുധ്യം മനസിലാക്കി ദേശീയവും സാർവദേശീയവുമായ പരിത:സ്ഥിതികളെ കൂട്ടിയിണക്കിക്കൊണ്ടുപോകുവാൻ ശ്രദ്ധിക്കേണ്ടതായിരുന്നു.

1942ലെ പാർട്ടി നിലപാട് പിന്നീട് പുനഃപ്പരിശോധിച്ചെങ്കിലും, പാർട്ടി വിരുദ്ധർ ഇപ്പോഴും അതൊരു ചർച്ചാവിഷയമാക്കാൻ താൽപ്പര്യപ്പെടാറുണ്ടല്ലോ.

അക്കാലത്തെ അറിയപ്പെടുന്ന ഒരഭിഭാഷകനായിരുന്നു എ എസ് ആർ ചാരി. നിർഭയനും സാഹസികനുമായ ഒരു പാർട്ടി പ്രവർത്തകൻ കൂടിയായിരുന്നു അദ്ദേഹം. കോൺഗ്രസുകാരിൽനിന്ന് മർദനം ഏൽക്കേണ്ടി വന്നപ്പോൾ, അവർക്കെതിരായ കേസ് അദ്ദേഹം തന്നെ കോടതിയിൽ വാദിച്ചു. പാർട്ടിയുടെ കേന്ദ്രക്കമ്മിറ്റി പ്രവർത്തനത്തിൽ സഹായിക്കുകയും പാർട്ടിപ്പത്രത്തിന്റെ ലേഖകനായി പ്രവർത്തിക്കുകയും ചെയ്തു പോരുന്നതിനിടയിൽ അദ്ദേഹം അറസ്റ്റുചെയ്യപ്പെട്ടു. സുന്ദരയ്യ കേന്ദ്രക്കമ്മിറ്റി ഓഫീസിൽ എത്തുന്നതിനു മുമ്പായിരുന്നു ഈ അറസ്റ്റ്.

1942 ൽ പാർട്ടിയുടെ നിരോധനം നീക്കിയതോടെ എ എസ് ആർ ചാരി ജയിൽമോചിതനായി. കേന്ദ്രക്കമ്മിറ്റി പ്രവർത്തനങ്ങളിൽ സഖാവ് എ എസ് ആർ ചാരി മാത്രമല്ല, അദ്ദേഹത്തിന്റെ കുടുംബാംഗങ്ങളും സഹകരിച്ചു പ്രവർത്തിച്ചുവന്നു. പാർട്ടി ആപ്പീസിന്റെ ഒരു ഭാഗത്താണ് സഖാവ് ചാരിയും ഭാര്യയും മറ്റും താമസിച്ചിരുന്നത്. അതിന്റെ തൊട്ടടുത്തു തന്നെയായി ലൈലയും അവരുടെ അമ്മയും താമസിച്ചിരുന്നു. ഈ വീട് വളരെ കാലം പാർട്ടിയുടെ ഒരു രഹസ്യ സങ്കേതമായി പ്രവർത്തിച്ചുവരികയായിരുന്നു. ലൈല കോളേജ് വിദ്യാഭ്യാസം പൂർത്തിയാക്കി, സെൻട്രൽ ബാങ്കിൽ അക്കൗണ്ടന്റ് ആയി ജോലിയിൽ പ്രവേശിച്ചിരുന്നു.

പാർട്ടി കേന്ദ്രക്കമ്മിറ്റി ഓഫീസിന്റെ പ്രവർത്തനം വിപുലമായതോടെ അവിടെ ഒരു പൊതുഭോജനശാല ഏർപ്പാടു ചെയ്തു. അവിടെ കമ്യൂൺ മാതൃകയിലുള്ള ജീവിതമാണ് എല്ലാവരും നയിച്ചിരുന്നത്.

ലൈല ജോലിക്ക് പോകുന്നതിനു മുൻപും ബാങ്കിൽ നിന്ന് വന്നതിനു ശേഷവും മറ്റു ഒഴിവു ദിവസങ്ങളിലും പാർട്ടിയുടെ കേന്ദ്രക്കമ്മിറ്റി ഓഫീസിൽ വിവിധ രീതിയിലുള്ള ജോലികളിൽ മുഴുകും. പാർട്ടി കമ്യൂൺ ഉള്ള സ്ഥലത്തെല്ലാം ചുമർ പരസ്യങ്ങൾ എഴുതിവെക്കും. രാഷ്ട്രീയ കാര്യങ്ങളും ഉൾപ്പാർട്ടി വാർത്തകളും, ചുമരിൽ ചിത്രം എഴുതുന്ന ജോലിയും ലൈല കൃത്യമായി ചെയ്തുവന്നു.

ലൈലയുടെ അമ്മ കല്യാണിബായ് ഒരു നഴ്സായി ജോലി ചെയ്തുവരികയായിരുന്നു. ഒരു ബ്രാഹ്മണ കുടുംബാംഗമായിരുന്നു അവർ. ഭർത്താവിന്റെ മരണം നടന്ന് കുറെ വർഷങ്ങൾ പിന്നിട്ട ശേഷം അവർ പുനർവിവാഹിതയായി. ആദ്യഭർത്താവിൽ അവർക്ക് രണ്ടാൺകുട്ടികൾ ഉണ്ടായിരുന്നു. ഒരു മുസ്ലീമിനെയാണ് അവർ പുനർവിവാഹം ചെയ്തത്. അവരുടെ അച്ഛൻ ബ്രഹ്മസമാജക്കാരനായിരുന്നിനാൽ ഈ വിവാഹത്തിന് തടസ്സമൊന്നും ഉണ്ടായില്ല. രണ്ടാം വിവാഹത്തിൽ ലൈലയടക്കം രണ്ടു പെൺകുട്ടികൾ. മൂത്ത രണ്ടാൺമക്കളേയും വളർത്തി വലുതാക്കി പഠിപ്പിച്ച് ജോലി ചെയ്യാൻ പ്രാപ്തരാക്കിയത് ലൈലയുടെ അമ്മ തന്നെയായിരുന്നു. ഈവിധത്തിൽ പുരോഗമന സ്വഭാവമുള്ള ഒരു കുടുംബമായിരുന്നു ലൈലയുടേത്. ലൈലയുടെ മാതൃഭാഷ മറാഠിയാണെങ്കിലും ഗുജറാത്തിയും ഹിന്ദിയും അവൾക്കറിയാമായിരുന്നു. ഏതുഭാഷയും പെട്ടെന്ന് പഠിക്കാൻ കഴിവുള്ള സമർഥയായ ഒരു പെൺകുട്ടിയായിരുന്നു ലൈല.

പാർട്ടി ആപ്പീസിന്റെ മുകളിലോ, അല്ലെങ്കിൽ താഴത്തെ തിണ്ണയിലോ ആയിട്ടാണ് സുന്ദരയ്യ ഉറങ്ങുക പതിവ്. രാത്രി ഏകദേശം പതിനൊന്നു മണിയോടെ, തന്റെ ജോലിയെല്ലാം പൂർത്തിയാക്കിയശേഷം അദ്ദേഹം അവിടെ ഒരു പായ വിരിച്ചുകിടക്കും. അതാണ് പതിവ്. കുറേ ദിവസം അങ്ങനെ കഴിഞ്ഞപ്പോൾ, താൻ കിടക്കുന്ന സ്ഥലം ആരോ തൂത്തുവാരി, തുടച്ചുവൃത്തിയാക്കുന്നതായി അഹേത്തിന്റെ ശ്രദ്ധയിൽപ്പെട്ടു. ആരാണ് തന്റെ കാര്യത്തിൽ ഇത്രമാത്രം ശ്രദ്ധ ചെലുത്തുന്നത് എന്നദ്ദേഹം നിരീക്ഷിച്ചുകൊണ്ടിരുന്നു. വൈകാതെ ആളെ കണ്ടെത്തി. മറ്റാരുമായിരുന്നില്ല. ലൈല തന്നെയായിരുന്നു ഇതെല്ലാം ചെയ്തിരുന്നത്. ഒരു ദിവസം അദ്ദേഹം പറഞ്ഞു:

"ഇവിടെയെല്ലാം എന്തിന് വൃത്തിയാക്കുന്നു? അതിന്റെയൊന്നും ആവശ്യമില്ല."

"നിങ്ങൾ ഇവിടെയാണല്ലോ കിടക്കുന്നത്?"

"അതുകൊണ്ട്?"

"പുലർച്ചെ എഴുന്നേറ്റ് യോഗാസനവും മറ്റും ചെയ്യേണ്ടതല്ലേ?"

ലൈല രഹസ്യമായി തന്നെ ശ്രദ്ധിക്കുന്നുണ്ടെന്നും, തന്നോട് ആരാധന കലർന്ന സ്നേഹം പുലർത്തുന്നുണ്ടെന്നും സുന്ദരയ്യ മനസിലാക്കി.

സ്നേഹം സ്നേഹത്തെ ഉണർത്തുമെന്ന് കവികൾ പറഞ്ഞത് എത്ര ശരി. ദിവസങ്ങൾ പിന്നിട്ടതോടെ സുന്ദരയ്യയും ലൈലയിൽ ആകൃഷ്ടനായി. വളരെ കഷ്ടപ്പെട്ട് ജോലി ചെയ്യുന്ന പ്രകൃതമായിരുന്നു ലൈലയുടേത്. ഈ ഒരു ഗുണം സുന്ദരയ്യയെ വല്ലാതെ സ്വാധീനിച്ചു. അതിനാൽ കൂടുതൽ മുഖവുരയൊന്നും കൂടാതെ സുന്ദരയ്യ പറഞ്ഞു:

"ലൈല, ഞാൻ നിന്നെ വിവാഹം കഴിക്കാൻ ആഗ്രഹിക്കുന്നു. നിനക്കതിഷ്ടമാണോ?"

ഒരഞ്ചു നിമിഷം അവൾ ആലോചിച്ചു നിന്നു. എന്നിട്ടു പറഞ്ഞു:

"ഇഷ്ടമാണ്."

സുന്ദരയ്യക്കന്ന് മുപ്പത് വയസ്സ് പ്രായം. ലൈലക്കും അതിനടുത്തു തന്നെ. രണ്ടുപേരും വിവാഹത്തിന് അൽപ്പം ധൃതികൂട്ടി എന്നു തന്നെ പറയാം. ലൈലയേയും കൂട്ടി സുന്ദരയ്യ പാർട്ടി സെക്രട്ടറിയായ സഖാവ് പി സി ജോഷിയുടെ അടുത്തുപോയി, വിവരം പറഞ്ഞു.

"ഞങ്ങൾ വിവാഹിതരാകാൻ ആഗ്രഹിക്കുന്നു."

ജോഷി സമ്മതം അറിയിച്ചു. എല്ലാവിധ മംഗളങ്ങളും നേരുകയും ചെയ്തു. 1943 ഫെബ്രുവരി 27 നായിരുന്നു വിവാഹം. കമ്യൂണിലുള്ള എല്ലാവരേയും വിളിച്ച് ഒരു ടീപാർട്ടി നടത്തി. തികച്ചും അനാർഭാടപരമായിരുന്നു വിവാഹം. അന്നുമുതൽ സുന്ദരയ്യയുടെ മരണം വരെ (1985) ഏകദേശം നാൽപ്പത്തിരണ്ടുകൊല്ലക്കാലം കാര്യമായ അസ്വാരസ്യങ്ങളൊന്നുമില്ലാതെ അവർ ജീവിതം തുടർന്നു. ഒരിക്കൽ സുന്ദരയ്യ ലൈലയോട് ചോദിച്ചു:

"എന്നിൽ എന്തു കണ്ടിട്ടാണ് നീ വിവാഹത്തിന് സമ്മതിച്ചത്?"

“നിങ്ങളുടെ ആദർശധീരത, ആരോഗ്യം, പ്രവർത്തനത്തിലുള്ള ശുഷ്കാന്തി ഇതെല്ലാമാണ് എന്നെ ആകർഷിച്ചത്.”

വിവാഹം കഴിഞ്ഞ ഉടനെ സുന്ദരയ്യ ഭാര്യയോടു പറഞ്ഞു:

“ഇനി ജീവിതകാലം മുഴുവൻ പാർട്ടിക്കുവേണ്ടി പ്രവർത്തിക്കാമെന്ന് നീ പ്രതിജ്ഞ ചെയ്യണം.”

“ഇത്ര ധൃതിയെന്തിന്? ഇനി ഒരു രണ്ടുകൊല്ലംകൂടി ക്ഷമിച്ചാൽ പെൻഷനും പ്രൊവിഡന്റ് ഫണ്ടുംകൂടി കിട്ടുമല്ലോ.”

“ഇപ്പോൾ എന്തിനാണ് അതിനെപ്പറ്റിയെല്ലാം ആലോചിക്കുന്നത്. രണ്ടുപേരും ഇപ്പോൾ പാർട്ടിയുടെ ജോലികൾ നിർവഹിക്കുന്നു. അതു മതി.”

ലൈല കൂടുതൽ ആലോചിക്കാൻ നിന്നില്ല. സുന്ദരയ്യ നിർദേശിച്ചതുപ്രകാരം ഉദ്യോഗം രാജിവെച്ച് അവർ പാർട്ടിയുടെ മുഴുവൻ സമയ പ്രവർത്തകയായി.

വിവാഹത്തിന്റെ വിവരം സുന്ദരയ്യ അമ്മയെ അറിയിച്ചിരുന്നില്ല. ഒരു പ്രത്യേക സാഹചര്യത്തിൽ വിവാഹം നടന്നുവെന്നും, ഒട്ടും വൈകാതെ രണ്ടുപേരും അമ്മയുടെ അടുത്തെത്തുന്നുണ്ടെന്നും കാണിച്ച് സുന്ദരയ്യ അമ്മക്കെഴുതി.

സുന്ദരയ്യയുടെ എഴുത്തുകിട്ടിയ മടക്കത്തപാലിൽത്തന്നെ അമ്മയുടെ മറുപടി വന്നു. പെൺകുട്ടി വെളുത്തവളാണോ, സുന്ദരിയാണോ എന്നെല്ലാം അന്വേഷിച്ചുകൊണ്ടുള്ള ആകാംക്ഷ നിറഞ്ഞ എഴുത്ത്. സുന്ദരയ്യ വൈകാതെ തന്നെ അമ്മക്ക് മറുപടി എഴുതി.

പിന്നീട് ലൈലയേയും കൂട്ടി വീട്ടിൽച്ചെന്നപ്പോൾ അമ്മ വാത്സല്യത്തോടെ അവരെ സ്വീകരിച്ചു. അതിനുശേഷം മകനെ അടുത്തുവിളിച്ച് ചിരിച്ചുകൊണ്ട് അമ്മ ആരാഞ്ഞു:

“നീ എന്നുമുതലാണ് നുണപറയാൻ പഠിച്ചത്?”

“എന്താണമ്മേ?”

“നീ എന്തൊക്കെയാണ് എനിക്കെഴുതിയത്. പെൺകുട്ടി കറുത്തിട്ടാണെന്നും....”

സുന്ദരയ്യ വെറുതെ ചിരിച്ചതേയുള്ളൂ.

“ഈ കുട്ടി വിനയമുള്ളവളും സുന്ദരിയുമാണ്. ലക്ഷ്മീദേവിയെപ്പോലിരിക്കുന്നു.” അമ്മയുടെ അനുഗ്രഹാശിസ്സുകൾ ഈവിധമായിരുന്നു.

വിവാഹത്തിനു ശേഷമാണല്ലോ വിവരങ്ങൾ അമ്മയെ അറിയിച്ചത് എന്നതിൽ സുന്ദരയ്യക്ക് കുറ്റബോധമുണ്ടായിരുന്നു. അമ്മയുടെ പ്രതികരണം എന്തായിരിക്കുമെന്നോർത്ത് നന്നേ ആശങ്കയുമുണ്ടായിരുന്നു. എന്നാൽ ലൈലയെ അമ്മയ്ക്കിഷ്ടമായി എന്നറിഞ്ഞപ്പോൾ അദ്ദേഹത്തിന് സമാധാനമായി.

അന്നത്തെ ലൈലയാണ് പിന്നീട് ലീല സുന്ദരയ്യയായി അറിയപ്പെട്ടത്. നാൽപ്പത്തിരണ്ടു വർഷക്കാലം കഴിയുന്നത്ര സഹകരിച്ച് അവർ

ജീവിതം മുന്നോട്ടുകൊണ്ടുപോയി. ഇടയ്ക്കിടെ ലീല ഭർത്താവിനോട് പറയാറുണ്ട്:

"എന്നേയും നിങ്ങളെപ്പോലെ ഒരു കോമ്രേഡ് ആക്കിയാലേ എനിക്ക് നിങ്ങളുടെ ജീവിതസഖി എന്നവകാശപ്പെടാൻ അർഹതയുണ്ടാവുകയുള്ളൂ."

"സാഹിത്യം, സംഗീതം, നൃത്തം ഇതെല്ലാം നിനക്കിഷ്ടപ്പെട്ട കാര്യങ്ങളാണല്ലോ. ഈ കാര്യത്തിൽ എനിക്ക് വലിയ സഹായമൊന്നും ചെയ്യാൻ കഴിഞ്ഞെന്നു വരില്ല. എന്റെ പി എ ആയി നീ ജോലി ചെയ്താൽ കുറച്ചെങ്കിലും നിന്നെ സഹായിക്കാൻ കഴിഞ്ഞേക്കും."

വിപ്ലവകരവും സമരതീക്ഷണവുമായ ജീവിതത്തിനിടയിൽ ലീലയുടെ ഇഷ്ടത്തിനനുസരിച്ച് പെരുമാറുവാനും സഹകരിച്ച് ജീവിക്കുവാനും സുന്ദരയ്യക്ക് കഴിയാതെ വന്നിട്ടുണ്ട്. കാലം വളരെ പിന്നിട്ടുപോയി. ജീവിത സായാഹ്നത്തിൽ അത്തരം തെറ്റുകളെക്കുറിച്ച് ചിന്തിക്കുന്നതുപോലും വ്യർഥമാണെന്ന് അദ്ദേഹം വിലയിരുത്തിയിട്ടുണ്ട്. പാർട്ടിയിൽ ലീലയ്ക്ക് എന്തെങ്കിലും നേടാൻ കഴിഞ്ഞിട്ടുണ്ടെങ്കിൽ അത് തന്റെ പിൻബലംകൊണ്ടല്ല, അവരുടെ കഴിവുകൊണ്ടുമാത്രമാണെന്ന് അദ്ദേഹം തന്റെ ആത്മകഥയിൽ രേഖപ്പെടുത്തിയിട്ടുണ്ട്.

നാൽപ്പതുകളിൽ കമ്യൂണിസ്റ്റ് പ്രസ്ഥാനം തീക്ഷ്ണവും ക്ലേശകരവുമായ ഒരു സാഹചര്യത്തിലൂടെ കടന്നുപോവുകയായിരുന്നല്ലോ. കുട്ടികളുണ്ടായാൽ അവരെ ശരിയാംവിധം വളർത്തിക്കൊണ്ടുവരാൻ സാധി

സുന്ദരയ്യയും ലീലയും വിവാഹശേഷം (1943)

ക്കുമോ, വിപ്ലവമാർഗത്തിലൂടെയുള്ള തങ്ങളുടെ ജീവിതത്തിൽ അതിനെവിടെ സമയം? ഇതുകൂടാതെ പാരമ്പര്യമായി കുടുംബത്തിൽ മനോരോഗവും കണ്ടുവരുന്നുണ്ട്. ഈ വക കാര്യങ്ങൾ പരിഗണിച്ചുകൊണ്ട് സുന്ദരയ്യയും ലീലയും വിശദമായ ഒരു ചർച്ചനടത്തി കുട്ടികൾ വേണ്ട എന്ന ഒരു തീരുമാനത്തിലെത്തി.

പ്രസ്ഥാനത്തിനുവേണ്ടി സുന്ദരയ്യ കുട്ടികൾ വേണ്ടെന്നു വച്ചു. നമുക്കും ആ മാതൃക പിന്തുടരാം എന്ന് പുതിയ തലമുറയിൽ ആരെങ്കിലും തീരുമാനിക്കുകയാണെങ്കിൽ, ഒന്നിലധികം തവണ ഈ കാര്യം ഭാര്യയുമായി ചർച്ച ചെയ്യണം എന്നാണ് സുന്ദരയ്യ നമ്മോട് ഉദ്ബോധിപ്പിക്കുന്നത്. എന്തെന്നാൽ ഒരു സ്ത്രീയുടെ ജീവിതം പൂർണമാകുന്നത് അമ്മയാകുമ്പോഴാണ്.

സ്ത്രീസഹജമായ എല്ലാ മോഹങ്ങളും ആദർശത്തിന്റെ ബലിപീഠത്തിലർപ്പിച്ചുകൊണ്ട് ലീല ഭർത്താവിനോടൊപ്പം നിന്നു. എന്നാൽ എല്ലാവരുടെ കാര്യത്തിലും ഈവിധം ഒരു തീരുമാനമെടുക്കാൻ കഴിയില്ല. മാത്രമല്ല, അത് പാടില്ലതാനും എന്നു കൂടി സുന്ദരയ്യ പറഞ്ഞുവെക്കുന്നു.

15

ഡോക്ടർ രാമചന്ദ്രറെഡ്ഢി

ഡോക്ടർ രാമചന്ദ്രറെഡ്ഢി സുന്ദരയ്യയുടെ അനുജനാണ്. സുന്ദരയ്യ 'രാം' എന്നു വിളിച്ചു വന്നിരുന്ന രാമചന്ദ്രറെഡ്ഢി സുന്ദരയ്യയുടെ അനുജൻ മാത്രമല്ല സുഹൃത്തും സഖാവും കൂടിയാണ്. നന്നേ ചെറുപ്പത്തിലെ പിതാവ് മരണപ്പെട്ടതിനാൽ സുന്ദരയ്യയുടെയും അനുജൻ രാമചന്ദ്രറെഡ്ഢിയുടെയും വിദ്യാഭ്യാസത്തിന്റെ ചുമതല മൂത്ത സഹോദരി രാമനമ്മ ഏറ്റെടുത്ത് അനുജന്മാരെ അവരുടെ ഭർത്താവായ വീരസ്വാമിറെഡ്ഢിയുടെ ഉദ്യോഗസ്ഥലമായ തിരുവള്ളൂരിലേക്കു കൊണ്ടുപോയി. വീരസ്വാമിറെഡ്ഢി അവിടത്തെ ജില്ലാ മുനിസിഫായിരുന്നു.

'രാം' പഠിക്കാൻ മിടുക്കനായിരുന്നു. ക്ലാസിൽ അവൻ മിക്കവാറും ഒന്നാംസ്ഥാനം തന്നെ നേടി. ഒന്നുമുതൽ മൂന്നുവരെ തിരുവള്ളൂരിൽത്തന്നെയായിരുന്നു വിദ്യാഭ്യാസം. തുടർന്ന് 1924 ൽ അളിയന് ഏലൂരിലേക്കും പിന്നീട് രാജമന്ദ്രിയിലേക്കും സ്ഥലംമാറ്റമായി. അദ്ദേഹത്തോടൊപ്പം സുന്ദരയ്യയും രാമും സ്കൂളുകൾ മാറിമാറി വിദ്യാഭ്യാസം തുടർന്നു.

'രാം' ബുദ്ധിമാനായിരുന്നെങ്കിലും കുസൃതി അൽപ്പം കൂടുതലാണ് എന്ന് പറയാതെ വയ്യ. എളുപ്പത്തിൽ സ്നേഹിതന്മാരുമായി കൂട്ടുകൂടു

വാനും അവരുമായി ഇടകലർന്നുപോകുവാനും അവന് പ്രത്യേക കഴിവുതന്നെയുണ്ടായിരുന്നു. എങ്കിലും ഇടക്കിടെ എന്തെങ്കിലും കുസൃതി കാട്ടും. ഈ കുസൃതി ഇഷ്ടപ്പെടാതിരുന്ന അളിയൻ രാമിന്റെ മേൽ ഇടയ്ക്കിടെ കൈവെക്കും. രാമിനും സുന്ദരയ്യക്കും ഇതിൽ പ്രതിഷേധമുണ്ടായിരുന്നു. ഇതിന്റെ പേരിൽ അവർ ഇരുവരും അളിയനുമായി പലതവണ ശണ്ഠകൂടുവാൻ ഇടയായി. ഇതത്ര കാര്യമാക്കാതെ, വീണ്ടും രാമിന് അളിയന്റെ പ്രഹരം സഹിക്കേണ്ടി വന്നപ്പോൾ സുന്ദരയ്യ പറഞ്ഞു:

"ഇനിയും ഞങ്ങൾ ഇവിടെ താമസിക്കുകയില്ല. ഞങ്ങൾ ഇനി മദ്രാസിൽ പോയി പഠിക്കാനാണ് ഉദ്ദേശിക്കുന്നത്."

അവർ പറഞ്ഞ പോലെതന്നെ പ്രവർത്തിക്കുകയും ചെയ്തു. 1926 ൽ മദ്രാസ് നഗരത്തിലെ ടിപ്ലിക്കയനിലുള്ള ഒരു ഹൈസ്കൂളിൽ രണ്ടുപേരും ചേർന്നു. തുടർന്ന് മൂന്ന് വർഷം അവിടെത്തന്നെ പഠനം തുടർന്നു.

അളിയനായ വീരസ്വാമിറെഡ്ഡിക്ക് ജില്ലാ സെഷൻസ് ജഡ്ജിയായി പ്രമോഷൻ ലഭിച്ച് ബാംഗ്ലൂരിൽ നിയമനം ലഭിച്ചു. കുട്ടികളായ അളിയന്മാരുമായി ശണ്ഠകൂടിയ കാര്യങ്ങളെല്ലാം വിസ്മരിച്ച് അദ്ദേഹം വീണ്ടും രണ്ടുപേരെയും സൗഹാർദപൂർവം ബാംഗ്ലൂരിലേക്ക് ക്ഷണിച്ചു. തുടർന്നുള്ള പഠനം അവിടെനിന്നാകാമെന്ന് നിർദേശിക്കുകയും ചെയ്തു. അന്നുതന്നെ ഒരു ആധുനിക നഗരമായി മാറിക്കൊണ്ടിരുന്ന ബാംഗ്ലൂരിനെ സുന്ദരയ്യയും രാമും ഇഷ്ടപ്പെട്ടു. തുടർന്നുള്ള പഠനം ബാംഗ്ലൂരിൽ വെച്ചാകാമെന്ന് സമ്മതിക്കുകയും ചെയ്തു.

സ്വാതന്ത്ര്യസമരത്തിന്റെ ആഹ്വാനത്തിൽ ആകൃഷ്ടനായി, സുന്ദരയ്യ വിദ്യാഭ്യാസം പൂർത്തിയാക്കാതെ ദേശീയപ്രസ്ഥാനത്തിലേക്ക് എടുത്തുചാടി. അദ്ദേഹത്തിന്റെ കോളേജ് വിദ്യാഭ്യാസം അതോടെ അവസാനിച്ചെങ്കിലും, രാം വിദ്യാഭ്യാസം തുടർന്നു.

രാമിന് മെഡിക്കൽ കോളേജിലും എഞ്ചിനീയറിങ് കോളേജിലും ഒരേസമയം സീറ്റുകിട്ടി. അളിയൻ എഞ്ചിനീയറിങ്ങിന് ചേരാനാണ് രാമിനോട് നിർദേശിച്ചത്. എന്നാൽ അതു കണക്കാക്കാതെ രാം പറഞ്ഞു:

"സുന്ദരയ്യ എന്താണ് പറയുന്നത്, അതേ ഞാൻ അനുസരിക്കുകയുള്ളൂ."

ജ്യേഷ്ഠനായ സുന്ദരയ്യയെയും അദ്ദേഹത്തിന്റെ പ്രവൃത്തികളേയും അത്രയേറെ സ്നേഹബഹുമാനങ്ങളോടെയാണ് അക്കാലത്തുതന്നെ റാം നോക്കിക്കണ്ടിരുന്നത്.

എഞ്ചിനീയർ ജോലി ഒട്ടും മോശമല്ല. എന്നാൽ ഒരു ഡോക്ടർക്ക് ചെയ്യാവുന്ന ജനസേവനം ഒരു എൻജിനീയർക്ക് ചെയ്യാൻ കഴിഞ്ഞെന്നുവരില്ല. അതിനാൽ മെഡിക്കൽ കോളേജിൽ ചേരാൻ സുന്ദരയ്യ രാമിനോട് നിർദേശിച്ചു.

മെഡിക്കൽ കോളേജിൽ പഠിച്ചുകൊണ്ടിരുന്നപ്പോൾ, രാം തന്റെ സഹപാഠിയായ സുഗുണയുമായി പ്രണയത്തിലാവുകയും തുടർന്ന് അവളെ വിവാഹം കഴിക്കുകയും ചെയ്തു. സുഗുണ ഒരു ബ്രാഹ്മണ യുവതിയാ

യിരുന്നു. അവളുടെ അച്ഛനമ്മമാർ ഈ വിവാഹത്തിന് അനുകൂലമായിരുന്നില്ല. അതിനാൽ കമ്യൂണിസ്റ്റ് പാർട്ടി നേതാവായ എസ് വി ഘാട്ടെ ഈ പ്രശ്നത്തിൽ ഇടപെട്ടു.

"നിങ്ങൾ എന്തുകൊണ്ട് ഈ വിവാഹത്തെ എതിർക്കുന്നുവെന്ന് എനിക്ക് മനസിലാകുന്നില്ല. രാം അന്യജാതിക്കാരനാണെന്ന് നിങ്ങൾ കണക്കാക്കേണ്ട കാര്യമില്ല. രാമചന്ദ്രറെഡ്ഡിയും അവരുടെ കുടുംബവും സംസ്കാര സമ്പന്നരും സാമ്പത്തിക സൗകര്യമുള്ളവരുമാണ്. മാത്രമല്ല, രാം അതീവ ബുദ്ധിമാനുമാണ്. അതിനാൽ നിങ്ങൾ ഈ കാര്യത്തിൽ നിർബന്ധം കാണിക്കരുത്."

ഘാട്ടെയുടെ ഈ വിധമുള്ള വാദഗതികൾക്കു മുൻപിൽ സുഗുണയുടെ ബന്ധുക്കൾ നിലപാടു മാറ്റി. അങ്ങനെയാണ് അവരുടെ വിവാഹം നടന്നത്.

നിഷ്ഠയോടെയുള്ള ജീവിതമായിരുന്നില്ല രാമിന്റേത്. ചിലപ്പോൾ കഠിനമായി അധ്വാനിക്കും. ചിലപ്പോൾ ഒട്ടുമില്ല. മെഡിക്കൽ കോളേജിൽ പഠിച്ചിരുന്നപ്പോൾ ക്ലാസിൽ ശരിക്ക് ഹാജരാകും. നല്ലവണ്ണം ശ്രദ്ധിക്കും. പിന്നീടൊന്നും വായിക്കില്ല. വിദ്യാർഥിപ്രസ്ഥാനം, ചർച്ചകൾ എന്നിവയിൽ മുഴുകും.

വിവാഹത്തിനുശേഷം സുഗുണയും രാമചന്ദ്രറെഡ്ഡിയും നെല്ലൂരിൽ പ്രാക്ടീസ് തുടങ്ങി. ഇരുവരും ഡോക്ടർമാർ എന്ന നിലയിൽ പെട്ടെന്ന് പ്രശസ്തരായി. ഇതിനിടയിൽ സുഗുണ ഗർഭിണിയായി. ഡോക്ടറായ സുഗുണക്ക് തന്റെ ജീവിതത്തെക്കുറിച്ച് ചില കാഴ്ചപ്പാടുകൾ ഉണ്ടായിരുന്നു. ഈ സന്ദർഭത്തിൽ സുഗുണ ഒരു കുഞ്ഞിനെ ആഗ്രഹിച്ചിരുന്നില്ല. താൻ ഗർഭിണിയാണെന്ന വിവരം അവർ രാമിൽനിന്നു മറച്ചുവെച്ചു. മാത്രമല്ല ഭർത്താവിനെ അറിയിക്കാതെ അബോർഷൻ നടത്തുകയും ചെയ്തു. ഇതറിഞ്ഞ രാം രോഷാകുലനായി.

രാമിന് ഇടക്കിടെ മനോവിഭ്രാന്തി ഉണ്ടാകാറുണ്ടായിരുന്നു. കുടുംബപാരമ്പര്യത്തിൽത്തന്നെ ഈവിധമുള്ള ഒരു രോഗത്തിന്റെ സൂചനയുണ്ട്. ഈ തരത്തിൽ അസുഖം വരികയാണെങ്കിൽ ആശുപത്രിയിൽ കിടത്തി ചികിത്സിപ്പിക്കണമെന്ന് രാം മുൻപേതന്നെ പറഞ്ഞുവെച്ചിട്ടുണ്ട്.

രാമിന് കുട്ടികൾ വേണം എന്ന ആഗ്രഹമുണ്ടായിരുന്നു. അയാൾക്ക് ഇടയ്ക്കിടെ വന്നുപെടാറുള്ള മനോവിഭ്രാന്തി കണ്ട് കുട്ടികൾ വേണ്ട എന്ന ഒരു ചിന്താഗതി സുഗുണയിൽ ഉടലെടുത്തിരുന്നു. എന്നാൽ രാം ഇത് അംഗീകരിക്കാൻ തയാറായിരുന്നില്ല. ഈ വിഭിന്നമായ ചിന്താഗതികൾ മൂലം രണ്ടുപേരും തമ്മിലുണ്ടായിരുന്ന അടുപ്പം കുറഞ്ഞുവന്നു.

സുഖമില്ലാതെ കിടക്കുമ്പോൾ അൽപ്പം ക്രോധത്തോടെ പെരുമാറിയാലും മറ്റുസമയങ്ങളിൽ സ്നേഹാർദ്രമായ ഒരു ഹൃദയത്തിന്റെ ഉടമയായിരുന്നു രാം. ഭാര്യയുമായുള്ള അഭിപ്രായഭിന്നതയും അടുപ്പക്കുറവും രാമിനെ വല്ലാതെ അലട്ടിക്കൊണ്ടിരുന്നു. തുടർന്ന് അയാൾ ആരേയും അറിയിക്കാതെ അപ്രത്യക്ഷനായി. കുറച്ചുകാലം എവിടെയൊക്കെയോ

അലഞ്ഞ്, പിന്നീട് തിരിച്ചെത്തി. തിരിച്ചുവന്ന ശേഷം അഭിപ്രായഭിന്നതക്ക് കുറവുവന്നു. സ്നേഹാദരങ്ങളോടെയായിരുന്നു പിന്നീട് രണ്ടുപേരുടെയും പെരുമാറ്റം.

രണ്ടുപേരും തുല്യ വ്യക്തിത്വമുള്ളവർ. അതിനാൽ പരസ്പരം ബഹുമാനം പുലർത്തിയെ പറ്റൂ. തന്റെ അസുഖം മൂലം രോഗികൾ ഒരിക്കലും ബുദ്ധിമുട്ടേണ്ടിവരരുതെന്ന് രാമിന് നിർബന്ധമുണ്ടായിരുന്നു. മിടുക്കനും നല്ലവനുമായ ഡോക്ടർ എന്ന പേര് രാം നേടിയെടുത്തിരുന്നു. ജനസേവനത്തിന്റെ കാര്യത്തിലും രോഗികളോടുള്ള സ്നേഹാർദ്രമായ പെരുമാറ്റത്തിലും രാം മുൻപന്തിയിൽത്തന്നെയായിരുന്നു. രാഷ്ട്രീയത്തിലും രാം ശ്രദ്ധ പതിപ്പിച്ചിരുന്നു.

ഒരിക്കൽ നെല്ലൂരിൽ ഹിന്ദു-മുസ്ലീം ലഹള നടന്നു. ഒളിവുജീവിതം നയിക്കുകയായിരുന്നതിനാൽ സുന്ദരയ്യക്ക് ആ സ്ഥലത്തേക്ക് ഓടിയെത്താൻ കഴിയുമായിരുന്നില്ല. നെല്ലൂരിൽ പോയി അടിയന്തരമായി ചെയ്തുതീർക്കേണ്ട കാര്യങ്ങളെക്കുറിച്ച് സുന്ദരയ്യ രാമിനെ ധരിപ്പിക്കാറുണ്ടായിരുന്നു. മുൻകൂട്ടി നിശ്ചയിച്ച സ്ഥലത്തുവെച്ചു കണ്ടുമുട്ടിയപ്പോൾ രാം പരസ്പരബന്ധമില്ലാതെ എന്തൊക്കെയോ പറയുന്നു:

"നിനക്ക് സുഖമില്ലേ? എന്താണ് ഈ വിധത്തിൽ സംസാരിക്കുന്നത്? ഇനി കൂടുതൽ സംസാരിച്ചതുകൊണ്ട് കാര്യമില്ല. ഒരു കാര്യം ചെയ്യൂ. നീ ഇപ്പോൾ പോയി സുഖമായി ഉറങ്ങൂ. അതാണ് നല്ലത്."

രാമിനെ ഉടനെ ആശുപത്രിയിൽ പ്രവേശിപ്പിക്കാൻ സുഗുണ മുൻകൈ എടുത്തില്ല. അസുഖത്തിന്റെ ഗതി എന്താണ് എന്ന് നിരീക്ഷിച്ചശേഷം മതി എന്നു ചിന്തിച്ചു. എന്നാൽ ആശുപത്രിയിൽ പ്രവേശിപ്പിച്ചേ കഴിയൂ എന്ന നിലയിലെത്തിയപ്പോൾ ഒട്ടും വൈകാതെ മദ്രാസിലെ ആശുപത്രിയിൽ പ്രവേശിപ്പിക്കുകയും ചെയ്തു.

നീ എന്തിനാണ് എന്നെ ആശുപത്രിയിൽ കൊണ്ടുപോയത് എന്ന് ചോദിച്ചുകൊണ്ട് രാം വഴക്കടിച്ചു. മാനസിക അസുഖം ബാധിച്ച വ്യക്തിയല്ലേ എന്നു കരുതി സുഗുണ വളരെയേറെ ക്ഷമിച്ചു. ക്ഷമിക്കുംതോറും രാം വൈരാഗ്യബുദ്ധിയുള്ള വ്യക്തിയെപ്പോലെ പെരുമാറാൻ തുടങ്ങി. ഈവിധത്തിൽ രാമുമായുള്ള ജീവിതം കഷ്ടതരവും അസഹ്യവുമായ ഒരു ഘട്ടത്തിലെത്തി. ഈ ഒരു പ്രത്യേക ചുറ്റുപാടിൽ സുഗുണ മിലിട്ടറി ഡോക്ടറുടെ ഉദ്യോഗത്തിന് അപേക്ഷിച്ചു.

സമൂഹത്തിൽ സ്ത്രീകൾ അനുഭവിക്കേണ്ടിവരുന്ന അനീതികൾക്കെതിരെ പോരാടുകയും അവരുടെ ഉന്നമനത്തിനുവേണ്ടി ശബ്ദമുയർത്തുകയും ചെയ്യുന്ന വ്യക്തിയാണ് സുന്ദരയ്യ എന്ന് സുഗുണ മനസിലാക്കിയിരുന്നു. അതിനാൽ അവൾ എല്ലാം അദ്ദേഹത്തോട് തുറന്നു പറഞ്ഞു.

"നിങ്ങൾ ഒരിക്കലും വേർപിരിയാൻ പാടില്ലായിരുന്നു. പരസ്പരം മനസിലാക്കി ജീവിക്കേണ്ടവരാണ് നിങ്ങൾ. പക്ഷേ ഇനിയും ക്ഷമിക്കാൻ നിനക്കു കഴിയുന്നില്ലെങ്കിൽ സ്വന്തം ഇഷ്ടംപോലെ ചെയ്യുക." സുന്ദരയ്യക്ക് ഇങ്ങനെ പറയാനേ കഴിഞ്ഞുള്ളൂ.

പിന്നീട് സുഗുണ മിലിറ്ററി ഡോക്ടറായി ജോലിയിൽ പ്രവേശിച്ചു. ഇതിനുശേഷം രാമുമായുള്ള വിവാഹബന്ധം വേർപെടുത്തിയേ പറ്റൂ എന്ന അഭിപ്രായത്തിൽ സുഗുണ ഉറച്ചുനിന്നു. സുഗുണ തന്നെ വിട്ടു പോകുന്നു എന്ന് ചിന്തിക്കാൻപോലും രാം അശക്തനായിരുന്നു. ഉള്ളിന്റെ ഉള്ളിൽ അയാൾ സുഗുണയെ അതിരറ്റു സ്നേഹിക്കുന്നുണ്ടായിരുന്നു. അസുഖത്തിന്റെ ഗതിവിഗതികളിൽപ്പെട്ട് ഇങ്ങനെയെല്ലാം സംഭവിച്ച താകാം. സുഗുണ പിരിഞ്ഞുപോകുന്നു എന്ന് ചിന്തിച്ചതോടെ രാമിന്റെ നില പരിതാപകരമായി. എന്തുതന്നെ വന്നാലും വിവാഹ മോചനത്തിന് താൻ അനുവദിക്കില്ലെന്ന് രാം തറപ്പിച്ചു പറഞ്ഞു.

നിജസ്ഥിതി രാമിനെ ബോധ്യപ്പെടുത്താൻ സുന്ദരയ്യ പരമാവധി ശ്രമിച്ചു. ഒരു കാർ യാത്രയിലായിരുന്നു സംഭാഷണം. കൂടെ അവരുടെ അമ്മയുമുണ്ടായിരുന്നു. രാം ആണ് കാർ ഓടിച്ചിരുന്നത്. തങ്ങൾ ഉദ്ദേ ശിച്ച രീതിയിലല്ല കാര്യങ്ങൾ നീങ്ങുന്നതെന്ന് ബോധ്യപ്പെടുത്തുവാൻ സുന്ദരയ്യ പരമാവധി ശ്രമിച്ചുനോക്കി. എന്തോ തന്റെ ചിന്താഗതിക്കെതി രായാണ് ജ്യേഷ്ഠൻ സംസാരിക്കുന്നതെന്ന് രാം ധരിച്ചു. പെട്ടെന്ന് അയാൾ കാർ നിറുത്തി, സുന്ദരയ്യയോട് ഇറങ്ങിപ്പോകാൻ നിർദേശിച്ചു.

സുന്ദരയ്യക്ക് ഇതിൽ അത്ഭുതമൊന്നും തോന്നിയില്ല. സുഗുണ വിട്ടു പോകുന്നുവെന്ന വിഭ്രാന്തിയിൽ അയാൾ എന്താണ് പ്രവർത്തിക്കുന്ന തെന്ന് അയാൾക്കുതന്നെ അറിയുമായിരുന്നില്ല.

അൽപ്പനാൾ പിന്നിട്ടതോടെ രാമിന് യാഥാർഥ്യം ഉൾക്കൊള്ളാൻ കഴി ഞ്ഞു. തന്റെ തെറ്റ് മനസിലാക്കി അയാൾ സുഗുണയുമായുള്ള വിവാഹ ബന്ധം വേർപ്പെടുത്താൻ സമ്മതിച്ചു.

രാം പിന്നീട് രാജലക്ഷ്മിയെ വിവാഹം കഴിച്ചു. രാജലക്ഷ്മി സുഗു ണയുടെ സുഹൃത്തായിരുന്നു. സുഗുണയെക്കുറിച്ച് സംസാരിച്ച് സംസാ രിച്ചാണ് അവർ സ്നേഹബന്ധത്തിലായത്. ആ സ്നേഹബന്ധമാണ് വിവാഹത്തിലേക്ക് നയിച്ചത്. സുഗുണയും മറ്റൊരാളെ വിവാഹം ചെയ്തു.

നെല്ലൂരിൽ ഹിന്ദു-മുസ്ലീം ലഹള നടന്നപ്പോൾ ലഹളക്കാരെ സമാ ധാനിപ്പിക്കാനായി ധീരതയോടെ രംഗത്തിറങ്ങാൻ രാമിനു കഴിഞ്ഞു. രാം മുസ്ലീം കേന്ദ്രങ്ങളിൽ പോയി അവർക്ക് ധൈര്യം പകർന്നു; ആത്മവി ശ്വാസമുള്ളവരാക്കി. അതോടെ മുസ്ലീങ്ങൾക്ക് രാമിനോടുള്ള സ്നേഹവും ബഹുമാനവും വർധിച്ചു. മനോരോഗത്തിന് കൃത്യമായി മരുന്നു കഴിച്ചു കൊണ്ടിരുന്നതിനാൽ, ഡോക്ടറെന്ന നിലയിൽ വലിയ കുഴപ്പംകൂടാതെ ജോലി നിർവഹിക്കാൻ രാമിന് കഴിഞ്ഞു. ക്ലേശകരമായ പൊതുപ്രവർത്ത നത്തിനൊന്നും പോകരുതെന്ന് സുന്ദരയ്യ അനുജനെ ഉപദേശിച്ചു. എന്തെ ന്നാൽ സ്വന്തം ആരോഗ്യസ്ഥിതി കണക്കിലെടുത്തു മാത്രമേ ഇത്തരം പ്രവർത്തനങ്ങൾക്ക് ഇറങ്ങാൻ കഴിയുകയുള്ളൂ. പാവപ്പെട്ട രോഗികൾക്ക് ആശ്വാസം നൽകുന്നതും അവരോട് മാനുഷികമായ നിലപാട് കൈക്കൊ ള്ളുന്നതും വലിയൊരു നന്മയും സേവനവുമാണ്. ഒരു ഡോക്ടറെന്ന

നിലയിൽ ഈ ഒരു സാമൂഹ്യപ്രവർത്തനമാണ് രാം തുടർന്നും അനുഷ്ഠിക്കേണ്ടതെന്ന് സുന്ദരയ്യ ആവർത്തിച്ച് നിർദേശിച്ചിരുന്നു.

പാവപ്പെട്ട രോഗികളുടെ ആശാകേന്ദ്രമായിരുന്നു നെല്ലൂരിലെ രാമിന്റെ ആശുപത്രി. പൊതുജനങ്ങൾ ആ ആതുരാലയത്തോട് കാണിക്കുന്ന സ്നേഹബഹുമാനങ്ങൾ കോൺഗ്രസ് ഗവൺമെന്റിനെ വിറളിപ്പിടിപ്പിച്ചിരുന്നു. അതുകൊണ്ടായിരിക്കണം അവിടത്തെ ഡോക്ടർ ശേഷാറെഡ്ഢിയെ അറസ്റ്റ് ചെയ്തത്. രാമിനെക്കൂടി അറസ്റ്റ് ചെയ്താൽ ആശുപത്രി പൂട്ടിക്കാമെന്ന് അവർ സ്വപ്നംകണ്ടു. ഇതു മനസിലാക്കിയ രാം ഒളിവിൽ പോയി. ഈ ഘട്ടത്തിൽ ഡോക്ടർ രമണറെഡ്ഢി ആശുപത്രിയിലെത്തി അതിന്റെ മേൽനോട്ടം ഏറ്റെടുത്തു. ഡോക്ടർ ശേഷാറെഡ്ഢിയുടെ ഭാര്യ ഡോക്ടർ വിന്ധ്യയും ആശുപത്രിയിലെത്തി അവിടത്തെ പ്രവർത്തനം സുഗമമാക്കി.

ഈ ഘട്ടത്തിൽ സുന്ദരയ്യ വലിയ ഒരോപ്പറേഷന്റെ വക്കത്തെത്തി നിൽക്കുകയായിരുന്നു. അൾസർ രോഗം അതിന്റെ മൂർധന്യദശയിലെത്തി നിൽക്കുകയാണ് എന്ന് അദ്ദേഹത്തിന് ബോധ്യമായി. അതിൽനിന്ന് മോചനം വേണമെങ്കിൽ വലിയ ഓപ്പറേഷൻ തന്നെ വേണം: ഇത്രയും വലിയ ഒരു ശസ്ത്രക്രിയ ഇവിടെ വെച്ചുനടത്തുവാൻ ഭൂരിഭാഗം സഖാക്കളും സമ്മതിച്ചില്ല. അതിനാൽ സോവിയറ്റ് യൂണിയനിൽ പോയി വിജയകരമായി ശസ്ത്രക്രിയ നടത്തി. ആറുമാസക്കാലം അവിടെ താമസിച്ച് ആരോഗ്യം വീണ്ടെടുത്ത ശേഷമാണ് തിരിച്ചുപോന്നത്. എന്നാൽ മെച്ചപ്പെട്ട ഈ ആരോഗ്യനില അധികനാൾ നീണ്ടുനിന്നില്ല. വീണ്ടും അസുഖം തുടങ്ങി. രക്തം ഛർദിച്ച് അവശനായതോടെ അദ്ദേഹത്തെ ഉസ്മാനിയ ആശുപത്രിയിൽ പ്രവേശിപ്പിച്ചു. ഇനിയും ജീവിതത്തിലേക്ക് തിരിച്ചുവരണമെന്നുണ്ടെങ്കിൽ ആമാശയവും മറ്റും നീക്കം ചെയ്യുന്ന വലിയ ഒരോപ്പറേഷൻ വേണ്ടിവരും എന്നറിവായി. എങ്കിൽത്തന്നെയും രക്ഷപ്പെടുമോ എന്ന കാര്യത്തിൽ ഡോക്ടർമാർക്കുപോലും ആശങ്കയുണ്ടായിരുന്നു.

ഈ സന്നിഗ്ധഘട്ടത്തിൽ ഡോക്ടർ രാമിന്റെ ആരോഗ്യനിലയും പരിതാപകരമായിരുന്നു. രാം ഒളിവിൽ കഴിയുകയായിരുന്നുവല്ലോ. പഴയകാല സഹപ്രവർത്തകനും ഇന്ത്യൻ പ്രസിഡണ്ടുമായിരുന്ന സഞ്ജീവറെഡ്ഢിയുടെ പ്രത്യേക താൽപ്പര്യപ്രകാരം ഡോക്ടർ രാം, ലീല എന്നിവരോടൊപ്പമാണ് സുന്ദരയ്യ സോവിയറ്റ് യൂണിയനിലേക്ക് പോയത്. സുന്ദരയ്യയെ പ്രവേശിപ്പിച്ച അതേ ആശുപത്രിയിലെ മറ്റൊരു വാർഡിൽ ഡോക്ടർ രാമിനേയും പ്രവേശിപ്പിച്ചു.

ഒരുപക്ഷേ താൻ മരണപ്പെടുകയാണെങ്കിൽ മൃതദേഹം ഇന്ത്യയിലേക്ക് കൊണ്ടുവരേണ്ടതില്ല, റഷ്യയിൽത്തന്നെ ശവസംസ്കാരം നടത്തിയാൽ മതി എന്ന് സുന്ദരയ്യ അനുജൻ രാമചന്ദ്രറെഡ്ഢിയോട് പറഞ്ഞു.

“ഓപ്പറേഷന് പോകുമ്പോൾ എന്തിനാണ് ആവശ്യമില്ലാത്ത ഇത്തരം അശുഭചിന്തകൾ. ശുഭാപ്തി വിശ്വാസത്തോടെ പോയ് വരൂ.” രാം ജ്യേഷ്ഠനെ ആശ്വസിപ്പിച്ചു.

നീണ്ടുനിന്ന പരിശോധനകൾക്കു ശേഷമാണ് സുന്ദരയ്യയുടെ ഓപ്പറേഷൻ നടന്നത്. വയറിന്റെ ഉൾഭാഗങ്ങളെല്ലാം നീക്കം ചെയ്ത് തൽസ്ഥാനത്ത് ചെറിയ കുടലുകൾകൊണ്ട് ഒരു സഞ്ചിപോലെ ആമാശയം ഉണ്ടാക്കി സ്ഥാപിച്ചു. ഇത്രയും വലിയ ഒരോപ്പറേഷൻ എന്നു പറഞ്ഞാൽ മറ്റാർക്കും അത് വിശ്വസിക്കാനാവില്ല. ഓപ്പറേഷൻ വിജയകരമായി നടന്നതിൽ ഡോക്ടർമാരെല്ലാം സംതൃപ്തരായിരുന്നു.

ഓപ്പറേഷൻ കഴിഞ്ഞതിന്റെ മൂന്നാം ദിവസം രാമിനെ ചികിത്സിച്ചിരുന്ന ഡോക്ടർ കലേലിയ സുന്ദരയ്യയോട് പറഞ്ഞു:

"നിങ്ങളുടെ ഓപ്പറേഷൻ വിജയകരമായി നടന്നതിനുശേഷം ഡോക്ടർ രാമചന്ദ്രറെഡ്ഢിക്ക് വളരെ മാറ്റങ്ങൾ കാണാനുണ്ട്. പ്രമേഹം കുറഞ്ഞു തുടങ്ങി. മനോനിലയിലും പെരുമാറ്റത്തിലും വളരെ പുരോഗതി കാണുന്നുണ്ട്.

സുന്ദരയ്യയുടെ ഓപ്പറേഷനെക്കുറിച്ച് രാമിന് നന്നേ ഉൽക്കണ്ഠയുണ്ടായിരുന്നു. മൃത്യുവക്ത്രത്തിൽ നിന്ന് അദ്ദേഹം രക്ഷപ്പെട്ടു എന്നറിഞ്ഞതോടെ രാമിന്റെ രോഗനിലയിൽ പറഞ്ഞറിയിക്കാൻ കഴിയാത്ത മാറ്റങ്ങളാണുണ്ടായത്. രോഗവിമുക്തനായി 1965 ഡിസംബറിൽ രാമചന്ദ്ര റെഡ്ഢി ഇന്ത്യയിലേക്ക് മടങ്ങിപ്പോന്നു.

വൈരുധ്യങ്ങൾ നിറഞ്ഞതായിരുന്നു ഡോക്ടർ രാമചന്ദ്ര റെഡ്ഢിയുടെ ജീവിതം. ഒരുപരിധിവരെ മനോരോഗം അതിന് കാരണമായി എന്നനുമാനിക്കാം. തന്റെ ജ്യേഷ്ഠനായ സുന്ദരയ്യ എന്ന വിപ്ലവജ്യോതിസ്സ് ഉയർത്തിവിട്ട പരിവർത്തനത്തിന്റെ അനുരണനങ്ങൾ രാമിന്റെ ജീവിതത്തിലും ശക്തിയായി സ്വാധീനം ചെലുത്തിയിട്ടുണ്ട്. അദ്ദേഹം സ്ഥാപിച്ച പീപ്പിൾസ് ക്ലീനിക്കും അതിന് സാധാരണ ജനങ്ങളിൽ നിന്ന് ലഭിച്ച അംഗീകാരവും ഇതിന്റെ ഉത്തമോദാഹരണമാണ്.

16

മല്ലു സ്വരാജ്യം

തെലങ്കാന സമര നായകരിൽ പ്രമുഖനായിരുന്ന ബി നരസിംഹ റെഡ്ഢിയുടെ സഹോദരിയാണ് മല്ലുസ്വരാജ്യം. 1945 ൽ ഒരു ചെറിയ പെൺകുട്ടിയായിരുന്ന കാലം മുതൽ സഖാവ് സ്വരാജ്യം പാർട്ടിയിലും ആന്ധ്രമഹാസഭയിലും പ്രവർത്തിച്ചുപോന്നു. തന്റേടവും, സാമർഥ്യവും കാര്യങ്ങൾ അതിവേഗം മനസിലാക്കുവാനുള്ള കഴിവും പാർട്ടിയിൽ ഉയർന്ന സ്ഥാനങ്ങളിൽ എത്തിച്ചേരാൻ കാരണമായി. മികച്ച സംഘാടകയും നല്ലൊരു പ്രസംഗികയുമായ മല്ലു സ്വരാജ്യത്തിന്റെ പ്രവർത്തനം പാർട്ടി നേതാക്കളിൽ മതിപ്പുളവാക്കാൻ പര്യാപ്തമായി. സ്ത്രീകളെ മാത്രമല്ല, പുരുഷന്മാരെയും സംഘടിപ്പിക്കുന്നതിൽ അവർ മുൻനിരയിൽ ത്തന്നെയുണ്ടായിരുന്നു. കർഷകത്തൊഴിലാളികളേയും വെറും വീട്ടമ്മമാരേയും അവർ മികച്ച കാഡർമാരായി മാറ്റിയെടുത്തു. എങ്ങനെ ഒളിവുംജീവിതവും നയിക്കണമെന്നും, വനമേഖലകളിൽ ഏതുവിധത്തിൽ പ്രവർത്തിക്കണമെന്നും അവർ പ്രവർത്തകർക്ക് പരിശീലനം നൽകി. നൈസാം റസാക്കർമാരുടെ കാലത്തും, പിന്നീടൊരു മൂന്നുകൊല്ലം ഗോദാവരി വന പ്രദേശത്തും അവർ നിരന്തര പ്രവർത്തനത്തിലേർപ്പെട്ടു. ആദ്യം അവർ മേഖലാ സംഘാടകയായിരുന്നു. ആ പ്രദേശത്തിന്റെ മൊത്തം കമ്മിറ്റിയിലെ പ്രധാനാംഗവുമായി. കോയാ (ആദിവാസി) ജനങ്ങളുടെ ചെറുത്തുനിൽപ്പിന്റെയും സമരത്തിന്റെയും കേന്ദ്രമായ ഗുണ്ടാലയിലെ പ്രചാരകയായും അവർ മികച്ച പ്രവർത്തനം കാഴ്ചവെച്ചു.

തെലങ്കാന സമരത്തിന്റെ മുന്നേറ്റത്തിനിടയിൽ വിവാഹം, വിവാഹമോചനം, പുനർവിവാഹം, എന്നിവയെപ്പറ്റിയുള്ള പ്രശ്നങ്ങൾ കൈകാര്യം ചെയ്യേണ്ടിവന്നു. പ്രക്ഷോഭണ കാലത്ത്, പല യുവതികളുടെയും ഭർത്താക്കന്മാർ മരണമടയുകയുണ്ടായി. ആ യുവതികളുടെ പ്രശ്നം കഠിനവും

അടിയന്തര പ്രാധാന്യമർഹിക്കുന്നതുമായിരുന്നു. ഒരു പുതിയ ആചാര സംഹിതയുണ്ടാക്കുന്നതിന്റെ പ്രാധാന്യം പാർട്ടിക്ക് ബോധ്യമായി. ജനകീയ പ്രശ്നത്തിന് പ്രയോജനപ്രദമാകാനും, സാധാരണ ജീവിതം തുടർന്നു പോകുന്നതിനും അത്തരം സ്ത്രീകളെ പുനർവിവാഹത്തിന് അനുവദിക്കുന്നത് നല്ല കാര്യമാണെന്നും, അതിൽ പാപത്തിന്റെയോ, വഞ്ചനയുടെയോ പ്രശ്നമുദിക്കുന്നില്ലെന്നും പാർട്ടി വിലയിരുത്തി. യോജിച്ച പങ്കാളിയെ കണ്ടെത്തി, പഴയ പങ്കാളിയുടെ പാരമ്പര്യവും ആദർശങ്ങളും പിൻതുടർന്ന് മുന്നോട്ടുപോകുവാൻ പാർട്ടി നിർദേശം നൽകി.

മല്ലുസ്വരാജ്യത്തിന്റെ കാര്യത്തിലും ചില പ്രശ്നങ്ങളുണ്ടായി. അവരുടെ ഭർത്താവിന്റെ സ്വഭാവവും പെരുമാറ്റവും നല്ലരീതിയിലായിരുന്നില്ല. തങ്ങളുടെ പ്രശ്നങ്ങൾ സ്വരാജ്യം പാർട്ടിയിൽ റിപ്പോർട്ടു ചെയ്തു. അയാളെ കാര്യങ്ങളുടെ നിജസ്ഥിതി മനസിലാക്കി ബോധ്യപ്പെടുത്താൻ പാർട്ടി ശ്രമിച്ചു. അപ്പോഴൊക്കെ അയാൾ പറയും "മേലിൽ ഞാൻ നന്നായി പെരുമാറാം. തെറ്റുകൾ വരാതെ നോക്കാം."

പക്ഷേ, അതേ തെറ്റുകൾ വീണ്ടും വണ്ടും ആവർത്തിച്ചപ്പോൾ സ്വരാജ്യത്തിന് വിവാഹമോചനം നേടേണ്ടിവന്നു. പിന്നീട് അവർ പാർട്ടി നേതാവായ എം വി നരസിംഹറെഡ്ഢിയെ വിവാഹം കഴിച്ചു. രണ്ട് ആൺമക്കളും ഒരുപെൺകുട്ടിയുമാണവർക്കുള്ളത്.

ഏതുരംഗത്തും മുൻനിന്നു പ്രവർത്തിക്കുവാനും, കർഷകത്തൊഴിലാളികളുടെയും പാവങ്ങളുടെയും ഇടയിൽ അവരുമായി ഇഴുകിച്ചേർന്നു കഴിയുവാനും, ജന്മികുടുംബത്തിൽ പിറന്നവളായിട്ടുപോലും സ്വരാജ്യത്തിനു കഴിഞ്ഞു. നല്ലഗൊണ്ട ജില്ലയിലെ ഇന്നത്തെ പ്രമുഖ നേതാക്കളിലൊരാളാണ് സ്വരാജ്യം. പാർട്ടിയുടെ ആന്ധ്ര സംസ്ഥാന കമ്മിറ്റി അംഗവുമാണ്. പ്രായാധിക്യം വകവെക്കാതെ അവർ തന്റെ പ്രവർത്തനം തുടരുകയാണ്.

17

വനിതകളുടെ പോരാട്ടങ്ങൾ

ഹൈദരാബാദ് നൈസാമിനെതിരായ സമരം നാടിന്റെ ഒരു വികാരമായി ആളിപ്പടരുകയും, സ്വന്തം ഗ്രാമങ്ങളിലും വീടുകളിലും താമസിച്ചുകൊണ്ടുതന്നെ സ്ത്രീകൾ മർദകന്മാർക്കും പൊലീസിനും എതിരായി പോരാടുകയും കഠിനമായ ത്യാഗങ്ങൾ സഹിക്കുകയും ചെയ്തു. ഗറില്ലാ സ്ക്വാഡുകളിലേക്കും വനപ്രദേശങ്ങളിലേക്കും തങ്ങളെ കൊണ്ടുപോകണമെന്ന് പല സ്ത്രീകളും ആശ്യപ്പെട്ടു. ശത്രുക്കളുടെ ആക്രമണങ്ങളിൽനിന്ന് രക്ഷപ്പെടുവാൻ അതൊരു മാർഗമാണെന്നുകൂടി അവർ ചിന്തിച്ചു. മരിക്കുകയാണെങ്കിൽ ത്യാഗപൂർണമായ പ്രവർത്തനം കാഴ്ചവെച്ചുകൊണ്ട് മരിക്കാമല്ലോ എന്നും അവർ ചിന്തിച്ചിരിക്കാം. വനപ്രദേശങ്ങളിലേക്കു പോകാൻ വളരെ കുറച്ചു സ്ത്രീകളെ മാത്രമേ പാർട്ടി അനുവദിച്ചിരുന്നുള്ളൂ. ഗറില്ലാ സ്ക്വാഡുകളിലേക്ക് അത്രപോലും അനുവദിച്ചിരുന്നില്ല. എന്നിട്ടുപോലും പാർട്ടി നിയോഗിച്ചിരുന്ന ജോലികളിൽ ഏർപ്പെട്ടുപ്രവർത്തിച്ചിരുന്ന സ്ത്രീസഖാക്കളുടെ എണ്ണം വളരെ വലുതായിരുന്നു.

കാടുകളിലും നാട്ടിൻപുറങ്ങളിലും പട്ടണങ്ങളിലെ 'ഡെന്നു' (രഹസ്യ സങ്കേതം)കളിലും സ്ത്രീസഖാക്കൾ പ്രവർത്തിച്ചുകൊണ്ടിരുന്നു. ആയിരക്കണക്കിന് പേജുള്ള റിപ്പോർട്ടുകൾ, സർക്കുലറുകൾ, രേഖകൾ, അറിയിപ്പുകൾ തുടങ്ങിയവ രാപ്പകലില്ലാതെ പകർത്തിയെഴുതുകയും അതതു കേന്ദ്രങ്ങളിലേക്ക് അയക്കുകയും ചെയ്യുന്നതിൽ ഈ സ്ത്രീകൾ സ്തുത്യർഹമായ പങ്കാണ് നിർവഹിച്ചിരുന്നത്. ഏതുസമയത്തും തങ്ങളുടെ കേന്ദ്രങ്ങളെ കടന്നാക്രമിക്കുമെന്നും, ഭീകരമായ കുഴപ്പങ്ങൾക്കും മർദനങ്ങൾക്കും ഇടവന്നേക്കുമെന്നും അവർ തിരിച്ചറിഞ്ഞിരുന്നെങ്കിലും, അതൊന്നും തങ്ങളുടെ കൃത്യനിർവഹണത്തിന് വിലങ്ങുതടിയാവാൻ

അവർ അനുവദിച്ചിരുന്നില്ല. ചില സ്ഥലങ്ങളിൽ തോക്കിന്റെയും മറ്റ് ആയുധ സാമഗ്രികളുടെയും ചുമതലകൾ നിർവഹിച്ചിരുന്നത് സ്ത്രീ സഖാക്കളാണ്. വിപ്ലവ പ്രസ്ഥാനത്തിനുവേണ്ടി ആത്മാർപ്പണം ചെയ്യാൻ സ്വമേധയാ ഇറങ്ങിത്തിരിച്ചവരായിരുന്നു ഈ സ്ത്രീസഖാക്കൾ.

ഡെൻ സൂക്ഷിപ്പുകാരൻ കൃത്യസമയത്ത് വന്നെത്താത്തപക്ഷം സ്ത്രീസഖാക്കൾ ലൈൻ ക്ലിയർ അടയാളം എടുത്തുമാറ്റുകയും, അപായ സൂചന നാട്ടുകയും ചെയ്തിരുന്നു. മൂന്നോ നാലോ തവണ ചില പ്രധാന ഡെന്നുകൾക്കു നേരെ വെടിവെപ്പു നടന്നു. എന്നാൽ സ്ത്രീസഖാക്കളുടെ സമയോചിതമായ ഇടപെടൽമൂലം കൂടുതലായുള്ള ആളപായവും നാശനഷ്ടങ്ങളും ഒഴിവാക്കാൻ കഴിഞ്ഞു.

പുരുഷന്മാരെപ്പോലും അതിശയിക്കുന്ന രീതിയിൽ സ്ത്രീ സഖാക്കൾ നടത്തിയ ചെറുത്തുനിൽപ്പും കടന്നാക്രമണങ്ങളും വിവരിക്കുകയാണെങ്കിൽ അതിനുമാത്രം നിരവധി പേജുകൾ മാറ്റിവെക്കേണ്ടിവരും. അതിനാൽ വളരെ പ്രധാനപ്പെട്ട ചില സ്ത്രീസഖാക്കളെക്കുറിച്ചുമാത്രം ഇവിടെ പരാമർശിക്കാനാണ് ഉദ്ദേശിക്കുന്നത്.

വെങ്കടമ്മ

ഗോദാവരി ജില്ലയിലെ ഒരു വനപ്രദേശത്ത് കോയാ (ആദിവാസി) ഗ്രാമത്തിൽ പട്ടാളം സഞ്ചരിച്ചുകൊണ്ടിരിക്കെ ഒരു കോയാ യുവതിയെ കടന്നാക്രമിച്ചു. അവൾ പല്ലും നഖവുമുപയോഗിച്ച് പട്ടാളക്കാരിൽ നിന്ന് രക്ഷപ്പെട്ടോടി. പട്ടാളം അവളുടെ പുറകേ ഓടിക്കൊണ്ടിരിക്കുന്നതിനിടയിൽ മറ്റൊരു സ്ക്വാഡുനേതാവായ ജഗന്നാഥന്റെ മുന്നിൽപ്പെട്ടു. അവർ പട്ടാളത്തിനുനേരെ വെടിവെയ്പ്പാരംഭിച്ചതിനിടയിൽ ആ കോയാ യുവതി രക്ഷപ്പെട്ടു. അവളാണ് വെങ്കടമ്മ. തുടർന്ന് അവൾ സ്ത്രീകളുടെ സ്ക്വാഡിൽ ചേർന്ന് പ്രവർത്തനം തുടങ്ങി. വെടിവെക്കാൻ അഭ്യസിച്ച അവൾ പൊലീസിനും പട്ടാളത്തിനും എതിരായ പ്രവർത്തനങ്ങളിൽ സജീവമായി. യാതൊരു ഭയപ്പാടുമില്ലാതെ തോക്ക് പ്രയോഗിച്ചിരുന്ന അവളുടെ ഉണ്ടകൾ ഉന്നംപിഴക്കാതെ ലക്ഷ്യത്തിലെത്തി. തുടർന്ന് സെക്കന്റ് -ഇൻ-കമാണ്ട് ആയി അവൾക്ക് സ്ഥാനക്കയറ്റം നൽകി. ധീരമായ ഒരു കടന്നാക്രമണത്തിൽ സ്ക്വാഡിന്റെ ഒരു വിഭാഗത്തെ നയിച്ചത് വെങ്കടമ്മയായിരുന്നു. മറുഭാഗത്ത് ജഗന്നാഥനും. റോന്തുചുറ്റിക്കൊണ്ടിരുന്ന പട്ടാളത്തെ സ്ക്വാഡുകൾ വലയം ചെയ്തു. തുടർന്ന് പട്ടാളത്തിന്റെ നാല് ഉദ്യോഗസ്ഥന്മാരാണ് കൊല്ലപ്പെട്ടത്. മറ്റൊരു പട്ടാളവണ്ടി സഹായത്തിനായി കുതിച്ചെത്തുന്നതിനു മുമ്പ് ആക്രമിക്കപ്പെട്ട പട്ടാളത്തിന്റെ ആയുധങ്ങൾ പിടിച്ചെടുത്തുകൊണ്ട് അവർ സുരക്ഷിത സ്ഥാനങ്ങളിലേക്ക് പിൻമാറി.

ക്രമേണ വെങ്കടമ്മയും ജഗന്നാഥനും അടുത്തു. വെങ്കടമ്മയെ അവളുടെ ആദ്യഭർത്താവ് അവൾക്ക് പ്രായം തികയുന്നതിനു മുൻപേ ഉപേക്ഷിച്ചിരുന്നു. ജഗന്നാഥൻ സമതലപ്രദേശത്തെ ഗൗഡ ജാതിയിൽപ്പെട്ട

വനാണ്. ആദിവാസി യുവതിയായ വെങ്കടമ്മക്കും പഴക്കംചെന്ന ചില ജാതി നിബന്ധനകളുണ്ട്. അതിനെയെല്ലാം തരണംചെയ്തുകൊണ്ട് അവർ വിവാഹം കഴിക്കാൻ തീരുമാനിക്കുകയും പാർട്ടിയുടെ അനുവാദത്തിനായി അപേക്ഷ നൽകുകയും ചെയ്തു. പാർട്ടി അവർക്ക് അനുവാദം നൽകുക മാത്രമല്ല, അവരുടെ മേൽനോട്ടത്തിൽ വിവാഹം നടത്തിക്കൊടുക്കുകയും ചെയ്തു. ഗറില്ലാ ജീവിതകാലത്ത് അവർ എഴുതുവാനും വായിക്കാനും ശീലിച്ചതോടൊപ്പം ഉയർന്ന രാഷ്ട്രീയ ബോധംവളർത്തിയെടുത്ത് ബഹുജനപ്രസ്ഥാനത്തിലെ ഊർജസ്വലരായ പ്രവർത്തകയായി മാറി.

ലച്ചക്ക

ഗോദാവരി ജില്ലയിലെ പുസലപ്പിള്ളി ഗ്രാമത്തിലെ ലംബാടി സഹോദരന്മാരായ ദല്ലുവും രാമുവും പാർട്ടിയുടെയും ആന്ധ്രമഹാസഭയുടെയും സജീവ പ്രവർത്തകരായിരുന്നു. കുടിയൊഴിപ്പിക്കലിനെതിരെ അവർ ശക്തമായ പ്രചാരണം നടത്തിക്കൊണ്ടിരുന്നു. ഗറില്ലാ സ്ക്വാഡുകൾക്ക് വേണ്ടത്ര സഹായ സഹകരണങ്ങൾ നൽകുന്നതിൽ അവർ ജാഗരൂകരായിരുന്നു. ഇവരുടെ സഹോദരിയാണ് ലച്ചക്ക. സഹോദരന്മാരുടെ ആവേശകരമായ പ്രവർത്തനങ്ങളിൽ ലച്ചക്കയും പങ്കുചേർന്നു. റോന്തുചുറ്റിയിരുന്ന പട്ടാളം ഒരു ദിവസം ലച്ചക്കയെ അറസ്റ്റു ചെയ്തു മർദിച്ചു. എത്ര താഡനമേൽപ്പിച്ചിട്ടും പട്ടാളത്തിന് അവളിൽ നിന്നും ഒരു രഹസ്യവും അറിയാൻ കഴിഞ്ഞില്ല. ഒരു ദിവസം പട്ടാളക്യമ്പിൽനിന്ന് സമർഥമായി ഒളിച്ചോടി. സഹോദരന്മാരുടെ സഹായത്തോടെ ലച്ചക്ക ഗറില്ലകളുടെ പ്രധാന സമരകേന്ദ്രത്തിൽ എത്തിച്ചേർന്നു. ലച്ചക്കയുടെ ധീരതയും നിശ്ചയദാർഢ്യവും മനസിലാക്കിയ നേതൃത്വം അവളെ ഗറില്ലാ സ്ക്വാഡുകളിൽ മാറിമാറി നിയമിച്ചു. ഇതിനിടയിൽ അവൾ വായനയും എഴുത്തും ശീലിച്ചിരുന്നു. പിന്നീട് സംഘാടക നേതാക്കളുടെ കൊറിയറായും ലച്ചക്ക പ്രവർത്തിച്ചുപോന്നു. പാർട്ടിയുടെ ആസ്ഥാനങ്ങളിൽ സംരക്ഷണച്ചുമതല വഹിച്ചിരുന്ന സ്ക്വാഡ് കമാണ്ടർ വീരസ്വാമിയെയാണ് ലച്ചക്ക വിവാഹം ചെയ്തത്. തെലങ്കാന സമരം പിൻവലിച്ച ഉടനെ ദല്ലുവിനെയും രാമുവിനെയും പട്ടാളം അറസ്റ്റു ചെയ്ത് പിന്നീട് വെടിവെച്ചുകൊന്നു.

കോയലച്ചക്കസത്യം

ഗറില്ലാസ്ക്വാഡിന്റെ ഉപനേതാവായ സത്യത്തിന്റെ ഭാര്യയാണ് കോയലച്ചക്ക. പൊലീസ് ആക്ഷനുശേഷം അവരുടെ സ്ക്വാഡിനെ മസ്സുലപള്ളിയിൽവെച്ച് ഇന്ത്യൻ സായുധസേന ആക്രമിക്കുകയുണ്ടായി. തികച്ചും അപ്രതീക്ഷിതമായി സ്റ്റെൻഗൺ പ്രയോഗിച്ച് കോയലച്ചക്ക നാല് പൊലീസ് ഉദ്യോഗസ്ഥരെ കൊന്നൊടുക്കി. സ്ക്വാഡിലെ രണ്ടുപേർ ഇതിനിടയിൽ ഓടിരക്ഷപ്പെട്ടു. മുന്നേറിക്കൊണ്ടിരിക്കുന്ന ശത്രുവിന്റെ മുന്നിൽ അവർ പിൻവാങ്ങിക്കൊണ്ടിരിക്കവേ, തന്റെ മെടഞ്ഞിട്ട തലമുടി മുൾച്ചെ

ടിക്കൊമ്പുകളിൽ കുരുങ്ങിപ്പോകയാൽ അവിടെ നിന്ന് രക്ഷപ്പെടാൻ ലച്ചക്ക് സാധിച്ചില്ല. ശത്രുക്കളുടെ വെടിയുണ്ടയേറ്റ് അവർ മരിച്ചുവീണു.

രാമുലമ്മ

നല്ലഗോണ്ട ജില്ലയിലെ ചെറകുപള്ളി ഗ്രാമത്തിൽ പിറന്ന രാമുലമ്മ 1946 ൽ ഭർത്താവിനോടൊപ്പം പാർട്ടിയിൽ ചേർന്നു. ഒരു കമ്യൂണിസ്റ്റുകാരൻ അനുഷ്ഠിക്കേണ്ട ചില മൂല്യങ്ങൾ മുറുകെപ്പിടിക്കാതിരിക്കുകയും, മാപ്പുനൽകാനാകാത്ത ദൗർബല്യങ്ങൾ വെച്ചുപുലർത്തുകയും ചെയ്തതിന്റെ പേരിൽ രാമുലമ്മയുടെ ഭർത്താവിന് പാർട്ടിവിട്ടുപോകേണ്ടിവന്നു. എന്നാൽ രാമുലമ്മ ഭർത്താവിന്റെ പാതയിൽ തുടരുവാൻ ഒരുക്കമായിരുന്നില്ല. തെലങ്കാന സമരം ആരംഭിച്ചതോടെ അവർ ഗറില്ലാ സ്ക്വാഡിൽ ചേർന്ന് സൈനിക പരിശീലനം നേടി. ചെങ്കൊടികൾ തുന്നി ഗറില്ലാ സ്ക്വാഡുകൾക്ക് വിതരണം ചെയ്യുന്ന ജോലിയായിരുന്നു ആദ്യഘട്ടത്തിൽ അവരെ ഏൽപ്പിച്ചിരുന്നത്. ഹുസൂർനഗര പ്രദേശത്ത് പട്ടാളം കടന്നാക്രമണം നടത്തിയ ഘട്ടത്തിൽ ഒരു സാങ്കേതിക സംഘാടകന്റെ കൊറിയർ (ദൂതി) ആയി അവർ പ്രവർത്തിക്കുകയും ഗറില്ലാ കേന്ദ്രങ്ങളിൽ തുടർച്ചയായി ബന്ധങ്ങൾ പുലർത്തുകയും ചെയ്തുകൊണ്ടിരുന്നു. അപകടത്തിൽപ്പെട്ടിരുന്ന ഒരു പ്രധാന സംഘാടകനെ അവർ തന്ത്രപൂർവം രക്ഷപ്പെടുത്തി സംഘാടക കേന്ദ്രത്തിലെത്തിച്ചു. സമയോചിതമായി ഇടപെടാനുള്ള രാമുലമ്മയുടെ കഴിവും സാമർഥ്യവും പരിഗണിച്ച്, അവരെ മിര്യാലഗൂഡം മേഖലയിലെ പാർട്ടി സെക്രട്ടറിയായി ഉയർത്തി.

ഒരിക്കൽ പലനടു താലൂക്കിലെ നല്ലപള്ളിയിൽ പാർട്ടിയുടെ ചില പ്രവർത്തനങ്ങളുമായി സഞ്ചരിക്കവേ, ഒരുസംഘം യുവാക്കൾ രാമുലമ്മയെ പിന്തുടർന്നു. പ്രോത്സാഹജനകമായി ചില കാര്യങ്ങൾ ചൂണ്ടിക്കാട്ടി അവർ സഖാവിനെ തെറ്റിദ്ധരിപ്പിക്കുകയും വഞ്ചിക്കുകയും തുടർന്ന് പൊലീസിൽ ഏൽപ്പിക്കുകയും ചെയ്തു. കാര്യങ്ങൾ വിശകലനം ചെയ്തുനോക്കിയപ്പോൾ, അപകടകരമായി ഒന്നുംതന്നെയില്ല എന്നവർക്കു ബോധ്യമായി. അതിനാൽ തന്റെ വസ്ത്രത്തിനടിയിൽ സൂക്ഷിച്ചിരുന്ന റിവോൾവർ അവർ പുറത്തെടുത്തില്ല. അനാവശ്യ ധൃതികാട്ടി രക്ഷപ്പെടുവാൻ ശ്രമിച്ചതുമില്ല. പൊലീസ് അവരെ അറസ്റ്റ് ചെയ്തതായി രേഖപ്പെടുത്തി. ഇതറിഞ്ഞ് നൂറുകണക്കിന് സ്ത്രീകളും പുരുഷന്മാരും സ്റ്റേഷനു മുന്നിൽ തടിച്ചുകൂടി. രാമുലമ്മ അക്ഷോഭ്യയായിനിന്ന് തന്റെ അനുയായികളെ അഭിസംബോധന ചെയ്തു. അവരുടെ വാക്കുകളിൽ നിന്ന് ആവേശമുൾക്കൊണ്ട് ജനങ്ങൾ ഗവൺമെന്റിനും പൊലീസിനുമെതിരെ മുദ്രാവാക്യങ്ങൾ മുഴക്കി.

1951ൽ സഖാവ് രാമുലമ്മ ജയിൽമോചിതയായി. തുടർന്ന് നാടിന്റെ സാമൂഹ്യപ്രവർത്തനങ്ങളിൽ മുഴുകി. പാർട്ടിയുടെ ദൈനംദിന പ്രവർത്തനങ്ങളിലും. ആ പ്രദേശത്തെ ഗറില്ലാ കമാണ്ടറായ സഖാവ് ആഡിറെഡ്ഢിയെയാണ് അവർ വിവാഹം കഴിച്ചത്. പല കേസ്സുകളിലായി

ആഡിറെഡ്ഢിയെ തുടർച്ചയായി വധശിക്ഷക്ക് വിധിച്ചിരുന്നു. സഖാവ് സുന്ദരയ്യയുടെ സമയോചിതമായ ഇടപെടൽമൂലം 1959ൽ അദ്ദേഹത്തെ ജയിൽശിക്ഷയിൽനിന്ന് മോചിപ്പിച്ചു.

എറമ്മ

എറമ്മ, മാതാവിനോടും ഇളയ മകളോടുമൊപ്പം ഹുസൂർ താലൂക്കിലെ രംഗപുരം ഗ്രാമത്തിലാണ് താമസിച്ചിരുന്നത്. മൂത്തമകളായ അനസൂയയെ പാർട്ടി നേതാവും ഗറില്ലയുമായ സീതാരാമയ്യക്ക് വിവാഹം ചെയ്തുകൊടുത്തിരുന്നു. അവരുടെ സഹോദരൻ രാഘവയ്യയും പാർട്ടി അനുഭാവിയായിരുന്നു. നൈസാം ഭരണകാലത്ത് റസാക്കർമാർ എറമ്മയുടെ വീട് കടന്നാക്രമിക്കുകയും നശിപ്പിക്കുകയും ചെയ്തു. അവരുടെ കൃഷിഭൂമികൾ കൃഷിയോഗ്യമല്ലാതാക്കി. റസ്സാക്കർമാരുടെ ഭരണം അവസാനിച്ചതിനാൽ അവർ അൽപ്പമൊരാശ്വാസത്തോടെ കഴിയുകയായിരുന്നു. എന്നാൽ ഇന്ത്യൻ പട്ടാളം ഗ്രാമത്തിൽ പ്രവേശിച്ചതോടെ എറമ്മയുടെ ജീവിതം ദുസ്സഹമായിത്തീർന്നു. രംഗപുരം ഗ്രാമം പട്ടാളക്കാരുടെ പ്രത്യേകനോട്ടം പതിഞ്ഞ ഗ്രാമങ്ങളിലൊന്നായിമാറി. ഒരു ദിവസം ഇന്ത്യൻ പട്ടാളം ഗ്രാമത്തിൽ കടന്നാക്രമണം നടത്തുകയും എറമ്മയെയും വൃദ്ധയായ മാതാവിനെയും മകൾ അനസൂയയെയും അറസ്റ്റ് ചെയ്ത് അടുത്തുള്ള പൊലീസ് ക്യാമ്പിലേക്ക് കൊണ്ടുപോവുകയും ചെയ്തു. തുടർന്ന് ഭീകരമായ മർദനമാണ് അരങ്ങേറിയത്. ചോദ്യംചെയ്യലിൽ അവർക്ക് സീതാരാമയ്യയെക്കുറിച്ച് കാര്യമായ വിവരങ്ങളൊന്നും ലഭിച്ചില്ല. ഇതിൽ രോഷാകുലരായ പട്ടാളക്കാർ ഇവരുടെയെല്ലാം ശിരസ്സ് മുണ്ഡനം ചെയ്തു. ബാർബർമാർ ആദ്യമെല്ലാം ഈ കൃത്യത്തിന് വിസമ്മതിച്ചിരുന്നെങ്കിലും പിന്നീട് മർദിച്ചും പ്രീണിപ്പിച്ചും ഈ ജോലി ചെയ്യിക്കുകയായിരുന്നു. നേതാക്കളുടെ കുടുംബത്തിനെതിരെ പട്ടാളം നടത്തിയ ഈ ക്രൂരകൃത്യങ്ങൾക്കെതിരെ ആ ഗ്രാമം മുഴുവൻ തിളച്ചുമറിഞ്ഞു. എന്നാൽ വലിയ അംഗസംഖ്യയുള്ള പട്ടാളത്തിനെതിരെ ആഞ്ഞടിക്കാൻ കഴിയാതെ നിസ്സഹായരായി നിൽക്കാൻ മാത്രമെ അവർക്ക് കഴിഞ്ഞുള്ളു.

പട്ടാളത്തിന്റെ ഭീഷണിയെ ഭയന്ന് രംഗപുരം ഗ്രാമം വിട്ടുപോകാൻ എറമ്മയുടെ കുടുംബം നിർബന്ധിതമായി. അവർക്കഭയം നൽകിയ ബന്ധുക്കളും മറ്റും പൊലീസിന്റെ മർദനത്തിനിരകളായി. അതിനാൽ അവസാനം അവർ വേദാദ്രിയിൽ, ക്ഷേത്രവളപ്പിൽ കുടിൽകെട്ടി താമസം തുടങ്ങി. പിടിച്ചുനിൽക്കാൻ പ്രയാസപ്പെട്ടെങ്കിലും ഒളിവിലിരുന്ന് പാർട്ടി നേതാവായ സീതാരാമയ്യ കുടുംബത്തിന്റെ ആത്മവീര്യം നിലനിർത്താനുള്ള പ്രവർത്തനത്തിലേർപ്പെട്ടു. വേദാദ്രി ഗ്രാമത്തിലും താമസിക്കുവാൻ പൊലീസ് അനുവദിക്കാതെ വന്നപ്പോൾ, എറമ്മ ഇളയ മകളെ ഒരകന്ന ബന്ധുവിനെ ഏൽപ്പിച്ചു. സീതാരാമയ്യയുടെ ഭാര്യയും മൂത്തമകളുമായ അനസൂയയെ മുത്തശ്ശി ഗുണ്ടൂർക്ക് കൊണ്ടുപോയി. അവിടെ തുച്ഛമായ വേതനംപറ്റി അവൾ ഒരു പുകയില ഫാക്ടറിയിൽ ജോലിക്ക് പോയി

ത്തുടങ്ങി. തെലങ്കാന സമരം കഴിയുന്നതുവരെ അവർക്ക് സ്വന്തം വീട്ടിലേക്ക് തിരിച്ചുപോകാൻ കഴിഞ്ഞില്ല. തുച്ഛമായ വരുമാനംകൊണ്ട് പട്ടിണിയും പരിവട്ടവുമായാണ് ഈ കാലമത്രയും എറമ്മയും കുടുംബവും കഴിഞ്ഞുപോന്നത്. തെലങ്കാന സമരം പിൻവലിച്ച് മാസങ്ങൾ കഴിഞ്ഞിട്ടും തനിക്കെതിരായുള്ള വാറണ്ട് പിൻവലിക്കാതിരുന്നതിനാൽ സഖാവ് സീതാരാമയ്യക്ക് പിന്നേയും ഒളിവിൽ കഴിയേണ്ടിവന്നു.

ലച്ചമ്മ

നഢീഗഢ്ഢ ഗ്രാമത്തിലെ അലക്കുകാരിയായിരുന്നു ലച്ചമ്മ. അവർ ഗറില്ലാ സ്ക്വാഡുകളുടെ തുണികൾ അലക്കിക്കൊടുത്തിരുന്നു. നദിയുടെ മറുകരയിൽനിന്നാണ് അവർ അലക്കാനുള്ള മുഷിഞ്ഞ തുണികൾ കൊണ്ടുവന്നിരുന്നത്. ഗറില്ലാ സ്ക്വാഡുകളുമായുള്ള ലച്ചമ്മയുടെ ബന്ധം ഇന്ത്യൻ പട്ടാളത്തിന്റെ ശ്രദ്ധയിൽപ്പെട്ടു. താമസിയാതെ ലച്ചമ്മ പട്ടാളത്തിന്റെ പിടിയിലായി. ഗറില്ലാ സ്ക്വാഡുകളുടെ താവളങ്ങൾ, അവരുടെ നേതാക്കൾ എന്നിവയെക്കുറിച്ചെല്ലാം വിസ്തരിച്ച് ചോദ്യം ചെയ്യലുകൾ നടന്നു. തനിക്കറിയില്ലെന്ന മറുപടി മാത്രം ലച്ചമ്മയിൽ നിന്നുണ്ടായപ്പോൾ, അവളെ നഗ്നയാക്കി തലകുത്തനെ ഒരു മരക്കൊമ്പിൽ കെട്ടിയിട്ട്, ലാത്തികൊണ്ട് പ്രഹരിക്കാൻ തുടങ്ങി. എത്രതന്നെ മർദനം സഹിക്കേണ്ടിവന്നിട്ടും, അപമാനിതയായിട്ടും ലച്ചമ്മയിൽ നിന്ന് ഒരു രഹസ്യവും പട്ടാളത്തിന് ലഭിച്ചില്ല. ജീവച്ഛവമായാണ് ലച്ചമ്മ പട്ടാള ക്യാമ്പിൽ നിന്ന് പുറത്തുവന്നത്. പാർട്ടി അനുഭാവികളുടെയും ഗറില്ലാ സ്ക്വാഡുകളുടെയും ശുശ്രൂഷയിൽ അവൾ പതുക്കെ രക്ഷപ്രാപിച്ചു. കുറച്ചുനാളുകൾക്കുശേഷം ആ വഴിയെ പോയ രാമുലമ്മയെ തോട്ടിൽ അലക്കിക്കൊണ്ടിരുന്ന ലച്ചമ്മ കാണാനിടയായി. കണ്ടപാടെ ലച്ചമ്മ ഓടിച്ചെന്ന് രാമുലമ്മയെ കെട്ടിപ്പിടിച്ചു. ഇരുവരും അവരറിയാതെ തന്നെ കണ്ണുനീർപൊഴിച്ചു. ഒളിവു ജീവിതം നയിച്ചിരുന്നതിനാൽ നന്നേ ക്ഷീണിതയായിരുന്ന രാമുലമ്മയെ അവൾ തന്റെ വീട്ടിലേക്ക് കൂട്ടിക്കൊണ്ടുപോയി കുളിപ്പിക്കുകയും ഭക്ഷണം നൽകുകയും ചെയ്തു. ഗ്രാമീണർ ആ തൊഴിലാളി സ്ത്രീയുടെ വീടിനു ചുറ്റും തടിച്ചുകൂടി. ഇത്രയും മഹതിയും ധീരയുമായ ഒരു സ്ത്രീ തങ്ങളുടെ ഗ്രാമത്തിലുണ്ടെന്നതിൽ അവർ അഭിമാനം കൊണ്ടു. തെലങ്കാന ഗ്രാമങ്ങളിലെ ഏതുമൂലയിലും ഇത്തരം ധീരോദാത്തരായ സ്ത്രീകളെ അഭിമാനത്തോടെ ആദരിച്ചുപോന്നു. ഇന്നും അവരുടെ അഭിമാനപൂരിതമായ കഥകൾ തലമുറകളിൽ നിന്ന് തലമുറകളിലേക്ക് പകർന്നുകൊണ്ടിരിക്കുന്നു.

ജെയിനബ്ബി

രാജാറാം ഗ്രാമത്തിലെ ജെയിനബ്ബി എന്ന വനിത ധീരതയുടെയും വർഗബോധത്തിന്റെയും ഉത്തമോദാഹരണമായിരുന്നു. തെലങ്കാന സമരകാലത്ത് ചല്ലസീതാരാമിറെഡ്ഢിയുടെയും ആദിറെഡ്ഢിയുടെയും നേതൃ

ത്വത്തിലുള്ള ഗറില്ലാ സ്ക്വാഡുകൾ ഈ ഗ്രാമത്തിൽ പ്രവർത്തിച്ചിരുന്നു. അടുത്തുള്ള കുന്നുകളെ കേന്ദ്രമാക്കിക്കൊണ്ടായിരുന്നു അവരുടെ പ്രവർത്തനം. അവർക്ക് ആഹാരവും മറ്റും എത്തിച്ചുകൊടുത്തിരുന്നത് ജെയിനബ്ബി എന്ന സ്ത്രീയായിരുന്നു. നൈസാം ഭരണം അവസാനിപ്പിച്ച് ഇന്ത്യൻ സൈന്യം തെലങ്കാനയിലെ ഭരണം ഏറ്റെടുത്തതോടെ കമ്യൂണിസ്റ്റ് പാർട്ടിക്ക് ശക്തിയുള്ള എല്ലാ ഗ്രാമങ്ങളിലും പട്ടാള ക്യാമ്പുകൾ സ്ഥാപിക്കുകയുണ്ടായി. അതിന്റെ ഭാഗമായി രാജറാം ഗ്രാമത്തിലും പട്ടാളക്യാമ്പ് തുറന്നു. ഇതെല്ലാം കണ്ട് ജെയിനബ്ബി ഭയപ്പെട്ട് പിൻമാറിയില്ല. അവർ അതീവ ശ്രദ്ധയോടെയും ആത്മധൈര്യത്തോടെയും തന്റെ പ്രവർത്തനം തുടർന്നു. ഒരിക്കൽ ഗറില്ലാ സ്ക്വാഡിൽ നിന്നും ഒറ്റപ്പെട്ടു പോയ മൂന്നുഗറില്ലകളെ അവർ തിരഞ്ഞ് കണ്ടെത്തുകയും രഹസ്യമായി ഒളിവിൽ പാർപ്പിക്കുകയും ചെയ്തു. സന്ദർഭം ഒത്തുവന്നപ്പോൾ അവരെ സ്ക്വാഡിൽ തിരിച്ചെത്തിക്കുന്നതിനും ആ സ്ത്രീ സഖാവിന് കഴിഞ്ഞു.

പട്ടാളം ജെയിനബ്ബിയുടെ പ്രവർത്തനങ്ങളെ രഹസ്യമായി വീക്ഷിച്ചുകൊണ്ടിരുന്നു. ഒരുദിവസം പട്ടാളം അവരുടെ വീട് വളഞ്ഞ് അവരെ തെരഞ്ഞുപിടിച്ചു. തുടർന്ന് ക്രൂരമായ ചോദ്യം ചെയ്യലും അരങ്ങേറി. പക്ഷേ അവരിൽ നിന്ന് സ്ക്വാഡുകളുടെ ഒരു രഹസ്യവും പട്ടാള ജമേദാർമാർക്ക് ലഭിച്ചില്ല. അവർ ആ സ്ത്രീയെ ചവുട്ടി മെതിച്ചു. "സീതാരാമിറെഡ്ഡി എവിടെയാണെന്ന് പറയുക. എന്നാൽ നിന്നെ വിട്ടയയ്ക്കാം.." ആവർത്തിച്ചുള്ള ജമേദാർമാരുടെ ചോദ്യശരങ്ങൾക്ക് ഒരുത്തരമേയുണ്ടായുള്ളു. "എനിക്കറിഞ്ഞുകൂടാ." ആ ഉത്തരം അവർ ആവർത്തിച്ചുവെന്നല്ലാതെ കൂടുതലായി ഒന്നും തന്നെ പറഞ്ഞില്ല.

ഇത്തരം ക്രൂരമർദനങ്ങളെയെല്ലാം അതിജീവിച്ചുകൊണ്ട്, പ്രക്ഷോഭസമരം നയിച്ചിരുന്ന ഗറില്ലകളെ അവർ സഹായിച്ചുപോന്നു. അവരുടെ ഭർത്താവ് ചെറുപ്പത്തിലേ മരണപ്പെട്ടിരുന്നു. കൂലിപ്പണിക്കാരായ ഇളയ സഹോദരങ്ങളും രണ്ട് ആൺമക്കളും അവരെ കഴിയുംവിധം സഹായിക്കുന്നുണ്ടായിരുന്നു. ദാരിദ്ര്യമെന്താണെന്നറിഞ്ഞവളായിരുന്നു ജെയിനബ്ബി. അതിനാൽ അതിനെതിരെ പൊരുതിക്കൊണ്ടിരുന്ന പ്രസ്ഥാനത്തോട് അവർ സർവാത്മനാ കൂറുപുലർത്തി.

ലിംഗമ്മ

സൂര്യപേട്ട താലൂക്കിലെ ചിലകുണ്ട്ല ഗ്രാമത്തിലെ ലിംഗമ്മ തന്റേടിയായ ഒരു പാർട്ടി പ്രവർത്തകയായിരുന്നു. എറപഡുവിലെ ജന്നറെഡ്ഡി പ്രതാപറെഡ്ഡി എന്ന നീചനായ ഭൂവുടമക്കെതിരായ സമരത്തിൽ ആ സ്ത്രീ മുൻനിരയിലുണ്ടായിരുന്നു. തുടർന്ന് ആന്ധ്രമഹാസഭയുടെയും കമ്യൂണിസ്റ്റ് പാർട്ടിയുടെയും സജീവ പ്രക്ഷോഭകരായി അവർ തന്റെ കുടുംബത്തെ മുഴുവൻ വളർത്തിക്കൊണ്ടുവന്നു. ആന്ധ്രമഹാസഭയുടെ ആരംഭത്തിനു മുൻപുതന്നെ അവർ തന്റെ മകളെ ലിംഗറെഡ്ഡിക്ക് വിവാഹം ചെയ്തുകൊടുത്തിരുന്നു. ലിംഗറെഡ്ഡിയെ പറഞ്ഞുമനസി

ലാക്കി കമ്യൂണിസ്റ്റ് പ്രവർത്തകനാക്കി മാറ്റാൻ ലിംഗമ്മക്കു കഴിഞ്ഞു. പിന്നീട് അയാൾ ഒരു ഗറില്ലാ സ്ക്വാഡിന്റെ നേതാവായി വളർന്നുവരികയും ചെയ്തു. ജനറെഡ്ഢിയുടെ ഗുണ്ടകളുമായി നിരവധി തവണ ഏറ്റുമുട്ടിയ ലിംഗറെഡ്ഢി അവരെയെല്ലാം വിജയകരമാംവിധം ആട്ടിയോടിച്ചു.

എന്നാൽ 1952 ൽ നടന്ന തിരഞ്ഞെടുപ്പിൽ ലിംഗറെഡ്ഢി പ്രസ്ഥാനത്തിൽനിന്ന് വിട്ടുപോവുകയും ജന്മിയും ക്രൂരനുമായ ജന്നറെഡ്ഢിയുമായി ലോഹ്യത്തിലാവുകയും ചെയ്തു. ഇതിനുശേഷം ധീരയായ ലിംഗമ്മ തന്റെ മരുമകനെ വീട്ടിൽ പ്രവേശിക്കാൻ അനുവദിച്ചില്ല. മകളുടെ സഹായത്തോടെ അവർ ഗ്രാമത്തിൽ ഉജ് വലമായ തിരഞ്ഞെടുപ്പു പ്രചാരണത്തിൽ മുഴുകി. തിരഞ്ഞെടുപ്പിൽ മരുമകന്റെ സഹായി പരാജയപ്പെടുകതന്നെ ചെയ്തു. ക്രമേണ ലിംഗറെഡ്ഢിക്ക് തന്റെ തെറ്റായ നീക്കത്തെക്കുറിച്ച് ബോധ്യംവന്നു. ഗ്രാമങ്ങളിലെ പാവങ്ങൾക്കുനേരെ ജന്നറെഡ്ഢി തുടർന്നുവന്ന നീചമായ ആക്രമണങ്ങൾ തിരിച്ചറിഞ്ഞ് അയാൾ വീണ്ടും പാർട്ടിയോടൊപ്പം ചേർന്ന് പ്രവർത്തിക്കാൻ തുടങ്ങി. അങ്ങനെ തന്റെ തെറ്റുകൾക്ക് സ്വയം പ്രായശ്ചിത്തം ചെയ്തു. അതിനുശേഷം മാത്രമെ ലിംഗറെഡ്ഢി ആ വീട്ടിൽ പ്രവേശിക്കാനും മകളോടൊത്തു ജീവിക്കാനും ലിംഗമ്മ അനുവാദം നൽകിയുള്ളൂ.

18

നേതാവും അനുയായികളും

ആയിരത്തി തൊള്ളായിരത്തി അമ്പത്തി ഒന്ന് ഒക്ടോബർ 21-ാം തിയതിയാണ് ഐതിഹാസികമായ തെലങ്കാന സമരം പിൻവലിച്ചത്. കമ്യൂണിസ്റ്റ് പാർട്ടിക്കുള്ളിലെ അഭിപ്രായ ഭിന്നതകളും പാർട്ടിയുടെ കേന്ദ്രനേതൃത്വത്തിന്റെ നിലപാടുകളും തെലങ്കാന സമരം തുടരുന്നതിന് സഹായകരമായിരുന്നില്ല. മാത്രമല്ല ഈ പ്രക്ഷോഭം ഒറ്റതിരിഞ്ഞ ഭീകര പ്രവർത്തനത്തിൽ നിന്നും അരാജക പ്രവർത്തനത്തിൽ നിന്നും ഭിന്നമല്ല എന്നുപോലും പാർട്ടിയിലെ ഒരു വിഭാഗം പ്രചാരണം നടത്താൻ തുടങ്ങി. സായുധസമരം നയിച്ചിരുന്ന കാഡർമാരുടെയും ഗറില്ലാ സ്ക്വാഡുകളുടെയും ആത്മവീര്യം നശിപ്പിക്കുവാൻ ഇടവരുത്തുന്നതായിരുന്നു ഈ പ്രസ്താവനകൾ. ഇതിനെല്ലാം പുറമെ, പാർട്ടിയുടെ ജനറൽ സെക്രട്ടറിയായിരുന്ന അജയഘോഷ് സമരം ഉടനെ പിൻവലിക്കണമെന്ന് അന്ത്യശാസനവും നൽകി. ഈ സാഹചര്യത്തിൽ വലിയ പരിക്കേൽക്കാതെ സമരം പിൻവലിക്കണം എന്നുതന്നെയായിരുന്നു, സമരത്തിന്റെ നേതൃ

ത്വപരമായ പങ്കുവഹിച്ചിരുന്ന സഖാവ് സുന്ദരയ്യയുടെയും സഹപ്രവർത്ത കരുടെയും അഭിപ്രായം.

എന്നാൽ സമരം പിൻവലിക്കേണ്ടിവരുമ്പോൾ ഭരണാധികാരികളിൽ നിന്ന് ചില ഉറപ്പുകൾ ലഭിക്കേണ്ടതുണ്ട്. അത്തരം ഒത്തുതീർപ്പു വ്യവ സ്ഥകളിൽ ഒരു ധാരണയിലെത്തിച്ചേരാതെ എങ്ങനെ സമരം പിൻവ ലിക്കും? സഖാക്കൾ അജയഘോഷിനെയും മുസഫർ അഹമ്മദിനെയു മാണ് കേന്ദ്രഗവൺമെന്റുമായി കൂടിയാലോചിക്കുന്നതിനായി പാർട്ടി നിയോഗിച്ചിരുന്നത്. എന്തുതന്നെയായാലും 1951 ഒക്ടോബറിൽ ഒരവസാന തീരുമാനത്തിലെത്തേണ്ടതുണ്ടായിരുന്നു. കാര്യങ്ങൾ ആ നിലയിലേ ക്കാണ് നീങ്ങിക്കൊണ്ടിരുന്നത്. ഇതിനിടയിൽ സരോജിനി നായിഡുവിന്റെ മകൻ ഡോ. ജയസൂര്യ മുഖേന പ്രശ്നത്തിലിടപെടാൻ പ്രധാനമന്ത്രി നെഹ്റു ഒരു ശ്രമം നടത്തി.

"ആദ്യം നിങ്ങൾ പോരാട്ടം പിൻവലിക്കുക. പിന്നീട് ആർക്കും മരണ ശിക്ഷയോ തടവോ ഉണ്ടാകാതിരിക്കാൻ ഉറപ്പുതരാം. കർഷകർ നേടി യെടുത്ത ഭൂമിയെക്കുറിച്ച് അനുഭാവപൂർവം പിന്നീട് പരിഗണിക്കാം. എന്തായാലും തിരഞ്ഞെടുപ്പു വരുന്നുണ്ടല്ലോ. പൗരാവകാശങ്ങളും പുനഃ സ്ഥാപിക്കുന്നതായിരിക്കും." ഇതായിരുന്നു പ്രധാനമന്ത്രി നെഹ്റു ആവർ ത്തിച്ചുപറഞ്ഞുകൊണ്ടിരുന്നത്. 1951 സപ്തംബർ അവസാനത്തോടെ പാർട്ടിയുടെ കേന്ദ്രക്കമ്മിറ്റിയിൽ നിന്ന് വീണ്ടും സമ്മർദമുണ്ടായി.

"നിങ്ങൾ തീരുമാനമെടുക്കാൻ കാലതാമസം വരുത്തുകയാണ്." എന്ന് അവർ കുറ്റപ്പെടുത്തി. സ്ഥിതിഗതികൾ ഈ നിലയിൽ എത്തിയ സാഹചര്യത്തിൽ സമരം തുടർന്നുകൊണ്ടുപോവുക ദുഷ്കരമായി.

ഈ ചുറ്റുപാടിൽ ഏറ്റവും ചുരുങ്ങിയ വ്യവസ്ഥകൾ പോലും അംഗീ കരിച്ചുകിട്ടുക എന്നത് പ്രയാസമായിത്തീർന്നു. ഇനിയും സമരം നീട്ടി ക്കൊണ്ടുപോയാൽ കാഡർമാരെ അപായപ്പെടുത്തുവാനേ ഇടവരുത്തു കയുള്ളൂ.

പ്രക്ഷോഭം പിൻവലിച്ചശേഷം കാഡർമാർക്ക് മാപ്പുകൊടുക്കാ മെന്നും കൃഷിഭൂമിയുടെ അവകാശം വീണ്ടും ഭൂവുടമകൾ തട്ടിയെടുക്കി ല്ലെന്നും ഉള്ള ഗവൺമെന്റിന്റെ വാക്കാലുള്ള പ്രസ്താവനയെ അടിസ്ഥാന മാക്കിയാണ് പ്രക്ഷോഭം നിരുപാധികം പിൻവലിച്ചത്.

സമരം പിൻവലിച്ചുവെങ്കിലും സുന്ദരയ്യയടക്കമുള്ള പല നേതാ ക്കൾക്കും പുറത്തുവരാനുള്ള സാഹചര്യം സംജാതമായിരുന്നില്ല. അതു കൊണ്ടുതന്നെ തെലങ്കാന സമരത്തിൽ മുഖ്യപങ്ക് വഹിച്ച നേതാ ക്കൾക്കൊന്നും 1952 ലെ ലോകസഭാ തിരഞ്ഞെടുപ്പിൽ മത്സരിക്കാൻ ക ഴിഞ്ഞില്ല. അതിനാൽ അർഹരായവരും സന്നിഗ്ധഘട്ടത്തിൽ തെലങ്കാന സമരത്തെ പിറകിൽ നിന്ന് കുത്തിയവരും സ്ഥാനാർഥികളായി. ഭൂരിഭാഗം പേരും വിജയിക്കുകയും ചെയ്തു. ആദ്യത്തെ പാർലമെന്റിൽ ആന്ധ്രപ്ര ദേശിൽ നിന്നു മാത്രം പാർട്ടിയുടെ പതിനേഴ് പേർ ലോകസഭാംഗങ്ങ ളായി തിരഞ്ഞെടുക്കപ്പെട്ടു.

പൊലീസുകാർക്ക് പെട്ടെന്ന് തിരിച്ചറിയാൻ കഴിയാത്തവർ ആദ്യം പുറത്തുവരണം. പിന്നീട് പൊലീസിന്റെ നോട്ടപ്പുള്ളികളായവരും സന്ദർഭം നോക്കി ഓരോരുത്തരായി പുറത്തുവരണം. ഇങ്ങനെയായിരുന്നു സമര സംഘാടക സമിതിയുടെ തീരുമാനം. സമരം പിൻവലിച്ചശേഷം വാക്കാലുള്ള ഒത്തുതീർപ്പുകളിൽ പലതും പാലിക്കപ്പെട്ടില്ല. അറസ്റ്റ് ചെയ്യപ്പെട്ടവരും തൂക്കിക്കൊല്ലാൻ വിധിക്കപ്പെട്ടവരും, പലവിധ കേസുകളിൽ അന്വേഷിക്കുന്നവരുമായി ധാരാളം പേരുണ്ടായിരുന്നു. ഇവരുടെ കേസുകൾ നടത്തിക്കൊണ്ടുപോകുന്നതിനായി സുപ്രീം കോടതിയിലെ പ്രമുഖ അഭിഭാഷകരായ എ എസ് ആർ ചാരി, മനോഹർ രാജ്സക്സേന എന്നിവരുടെ നേതൃത്വത്തിൽ ഒരു നിയമസഹായക്കമ്മിറ്റി രൂപീകരിച്ചു. ഈ കമ്മിറ്റിക്ക് ബ്രിട്ടനിലെ പ്രമുഖ അഭിഭാഷകനായ ഡി എൻ പ്രിറ്റിന്റെ നേതൃത്വംകൂടി ലഭിച്ചിരുന്നു.

വധശിക്ഷക്ക് വിധിക്കപ്പെട്ട പതിമൂന്ന് പേരാണുണ്ടായിരുന്നത്. ഇവർക്കുവേണ്ടി ഡി എൻ പ്രിറ്റു തന്നെ വാദം നടത്തി. ഈ ശിക്ഷ ഹൈദരാബാദ് നൈസാം നൽകിയതാണെന്നും, ഇപ്പോൾ ഹൈദരാബാദ് ഇന്ത്യൻ യൂണിയനിൽപ്പെട്ട പ്രദേശമാകയാൽ ശിക്ഷനടപ്പാക്കാൻ പാടില്ലെന്നും അദ്ദേഹം വാദിച്ചു. അങ്ങനെ വധശിക്ഷ ജീവപര്യന്തം തടവാക്കി മാറ്റി. പല കേസുകളിലും ശിക്ഷിക്കപ്പെട്ട അമ്പതോളം പേർക്ക് ജയിലിൽ കഴിയേണ്ടിവന്നു.

1952 ഏപ്രിൽ മാസത്തിലാണ് സുന്ദരയ്യ തന്റെ ഒളിവുജീവിതത്തിൽ നിന്നും പുറത്തുവന്നത. പാർട്ടി രാജ്യസഭയിലേക്ക് ഒരു സ്ഥാനാർഥിയായി അദ്ദേഹത്തെ നിർദേശിക്കുകയും എം പി യായി തിരഞ്ഞെടുക്കപ്പെടുകയും ചെയ്തു. ഈ സമയത്ത് പാർട്ടി സെക്രട്ടറിയായ അജയ്ഘോഷ് ഒരു നിർദേശം വെച്ചു.

“രാജ്യസഭാ മെമ്പറാകുന്നതോടെ സുന്ദരയ്യയുടെ പ്രവർത്തനരംഗം ഡൽഹിയിലേക്ക് മാറ്റണം. പാർലമെന്ററി പ്രവർത്തനത്തിന്റെ മേൽനോട്ടം വഹിക്കുന്നതോടൊപ്പം പാർട്ടി കേന്ദ്രക്കമ്മിറ്റിയുടെ പ്രവർത്തനത്തിനാവശ്യമായ സാമ്പത്തിക സംവിധാനം കണ്ടെത്താനും, കേന്ദ്രക്കമ്മിറ്റിക്ക് ഒരാപ്പീസുണ്ടാക്കുവാനും താങ്കൾക്ക് കഴിയും.”

പാർട്ടി സെക്രട്ടറിയുടെ ഈ നിർദേശം സ്വീകരിക്കുവാൻ സുന്ദരയ്യയ്ക്ക് പ്രയാസമുണ്ടായിരുന്നു. തെലങ്കാന സഖാക്കളുടെ കേസുകളും പുനരധിവാസവും പൂർത്തിയാകുന്നതുവരെ തെലങ്കാന വിട്ടുപോകുവാൻ തനിക്കാവില്ലെന്ന് അദ്ദേഹം ഉറപ്പിച്ചുപറഞ്ഞു. തെലങ്കാന പോരാട്ട സമിതിയിൽ ഇടക്കിടെ ഉണ്ടായിക്കൊണ്ടിരിക്കുന്ന അഭിപ്രായഭിന്നതകൾ പരിഹരിക്കുന്നതിന് സുന്ദരയ്യയുടെ സാന്നിധ്യം അത്യാവശ്യമായിരുന്നു. ഗറില്ലാ സ്ക്വാഡുകളോടൊപ്പം അവരുടെ സുഖദുഃഖങ്ങളിൽ പങ്കുകൊണ്ട്, അവരിലൊരാളായി വനപ്രദേശങ്ങളിൽ ഒന്നിച്ചു കഴിഞ്ഞതുകൊണ്ടാവാം സമരസഖാക്കൾക്ക് സുന്ദരയ്യയോട് പ്രത്യേകമായ സ്നേഹവും ആഭിമുഖ്യവുമുണ്ടായിരുന്നു. നേതാവിന് അനുയായികളെയും ഗറില്ലാ

സഖാക്കൾക്കും കാഡർമാർക്കും നേതാവിനെയും നേർക്കുനേർ മനസിലാക്കാനും മനസിൽ പ്രതിഷ്ഠിക്കാനും ലഭിച്ച സന്ദർഭങ്ങളായിരുന്നു അത്. അവരെ വിസ്മരിച്ചുകൊണ്ടുള്ള പാർലമെന്ററി പ്രവർത്തനത്തിന്റെ കാര്യം ചിന്തിക്കുന്നതുപോലും സുന്ദരയ്യയ്ക്ക് അസാധ്യമായിരുന്നു.

ജയിലിൽ കഴിയുന്ന സമരസഖാക്കളെ മോചിപ്പിക്കുന്നതിനായി ബസവപുന്നയ്യ, രാജേശ്വരറാവു തുടങ്ങിയ സഖാക്കളോടൊപ്പം സുന്ദരയ്യ അന്നത്തെ മുഖ്യമന്ത്രിയായിരുന്ന ബി രാമകൃഷ്ണറാവുവിനെ (പിൽക്കാലത്തെ കേരള ഗവർണർ) പോയിക്കണ്ടു.

"വളരെ ഗുരുതരമായ ഒരു പ്രശ്നമാണിത്. ഒരു സ്റ്റേറ്റിന് തീരുമാനിക്കാവുന്ന കാര്യമല്ല ഇത്. തീർച്ചയായും കേന്ദ്രഗവൺമെന്റിന്റെ സമ്മതത്തോടുകൂടി മാത്രമെ എന്തെങ്കിലും ചെയ്യാൻ കഴിയൂ" എന്നാണ് മുഖ്യമന്ത്രി പ്രതികരിച്ചത്.

പിന്നെ ഒട്ടും വൈകിച്ചില്ല. ലോകസഭാ എം പി മാരായിരുന്ന എല്ലാറെഡ്ഡി, രവിനാരായണ റെഡ്ഡി എന്നിവരോടൊപ്പം സുന്ദരയ്യ പ്രധാനമന്ത്രി നെഹ്റുവിനെ കണ്ടു.

"ഇതെല്ലാം സ്റ്റേറ്റ് ഗവൺമെന്റിന് ചെയ്യാവുന്നതാണ്. നിങ്ങൾ അവരെ ജയിൽമോചിതരാക്കണമെന്ന് നിർബന്ധിച്ചാൽ സ്റ്റേറ്റിന് അത് തള്ളിക്കളയാൻ പറ്റുമോ?"

കേന്ദ്രത്തിന്റെ സമ്മതത്തോടെ മാത്രമേ മോചനം സാധ്യമാവൂ എന്ന് സ്റ്റേറ്റും, സ്റ്റേറ്റിന് ചെയ്യാവുന്നതേയുള്ളൂ എന്ന് കേന്ദ്രവും. ഇതിൽ എന്തോ ഒത്തുക്കളിയുണ്ടെന്ന് സുന്ദരയ്യ മനസിലാക്കി. ഒരു കാര്യം വ്യക്തം. തെലങ്കാന സഖാക്കളെ മോചിപ്പിക്കുന്ന കാര്യത്തിൽ ഇരുകൂട്ടർക്കും താൽപ്പര്യമുണ്ടായിരുന്നില്ല.

പിന്നീട് ഉപരാഷ്ട്രപതിയായിരുന്ന ഡോ. രാധാകൃഷ്ണന്റെ അടുത്തുപോയി. അദ്ദേഹം ഈ കാര്യത്തിൽ ഏറെ താൽപ്പര്യം പ്രകടിപ്പിച്ചുവെങ്കിലും, ഭരണഘടനാപരമായി നിസ്സഹായനായിരുന്നു.

ആഭ്യന്തര സഹമന്ത്രിയായിരുന്ന ഗോപാലസ്വാമി അയ്യങ്കാറെയാണ് പിന്നീട് പോയിക്കണ്ടത്. അദ്ദേഹം സൗമ്യനും ദയാലുവുമായിരുന്നു. ചിരിച്ചുകൊണ്ടദ്ദേഹം പറഞ്ഞു:

"ഇത്രയും കാലം കാട്ടിൽ കഴിഞ്ഞുകൂടിയ നിങ്ങളുടെ ആൾക്കാർക്ക് ജയിലിൽ കഴിയുന്നത് അതിലും വലിയൊരു ബുദ്ധിമുട്ടാണോ?"

"അവരെപ്പോലെ ജയിലിൽ കഴിയേണ്ടിവരികയാണെങ്കിൽ ഈ രാജ്യസഭയേക്കാൾ ഞാനിഷ്ടപ്പെടുക കാടാണ്."

സുന്ദരയ്യയുടേത് വെറും വാക്കല്ല എന്ന് ഗോപാലസ്വാമിക്കറിയാമായിരുന്നു. പിറ്റേന്ന് സുന്ദരയ്യ അദ്ദേഹത്തെ കാണാൻ ചെന്നപ്പോൾ,

"ഗുഡ് മോണിങ് ജംഗിൾമാൻ" എന്നാണദ്ദേഹം അഭിവാദ്യം ചെയ്തത്. "ഈ ബൂർഷ്വാ ചുറ്റുപാടിലെ ജന്റിൽമാനേക്കാളും ജംഗിൾമാനെപ്പോലെ കഴിയാനാണ് ഞാനിഷ്ടപ്പെടുന്നത്." സുന്ദരയ്യ പറഞ്ഞു. ഗോപാലസ്വാമി ചിരിച്ചുകൊണ്ട് പറഞ്ഞു.

"തെലങ്കാന സമരത്തെക്കുറിച്ചും, ആ സമരത്തിന് നേതൃത്വം നൽകിയവരെക്കുറിച്ചും എനിക്ക് വലിയ മതിപ്പാണ്."

"പ്രശംസ അവിടെ ഇരിക്കട്ടെ. അവരെ മോചിപ്പിക്കുന്ന കാര്യത്തെക്കുറിച്ച് അങ്ങേക്കെന്താണ് പറയാനുള്ളത്?"

"അവരെ ജയിലിൽ നിന്ന് മോചിപ്പിക്കണം എന്നുതന്നെയാണ് എന്റെ അഭിപ്രായം. എന്നാൽ ഞാൻ മാത്രം വിചാരിച്ചാൽ പോരല്ലോ. കൈലാസ്നാഥ് കാഡ്ജു തുടങ്ങിയവർ അവരെ വിട്ടയക്കുന്നതിന് ഒട്ടും അനുകൂലിക്കുന്നില്ല. എങ്കിലും എന്നാൽ കഴിയാവുന്നത് ഞാൻ ചെയ്യാം."

1956 ൽ ആന്ധ്രപ്രദേശ് രൂപംകൊണ്ടശേഷം, സുന്ദരയ്യ തന്റെ ശ്രമം തുടർന്നു. നീലംസഞ്ജീവറെഡ്ഢിയായിരുന്നു മുഖ്യമന്ത്രി. തെലങ്കാന തടവുകാരുടെ മോചനത്തെക്കുറിച്ച് അദ്ദേഹം മുഖ്യമന്ത്രിയോട് വിശദീകരിച്ചു.

പിൽക്കാലത്ത് കമ്യൂണിസ്റ്റ് പാർട്ടികളോട് തികഞ്ഞ സഹകരണമനോഭാവത്തോടെയാണ് സഞ്ജീവറെഡ്ഡി പെരുമാറിയിരുന്നതെങ്കിലും 1956 ഘട്ടത്തിൽ അദ്ദേഹം അത്ര അയഞ്ഞിരുന്നില്ല. തികഞ്ഞ ഗൗരവത്തോടെയാണ് അദ്ദേഹം പാർട്ടിയെ കണ്ടിരുന്നത്. സുന്ദരയ്യ പറഞ്ഞു:

"തെലങ്കാന സമരം തെറ്റായിരുന്നുവെങ്കിൽ അതിന് നേതൃത്വം നൽകിയ ഞങ്ങളെ വിട്ടയച്ചതും, ഞങ്ങൾ പറഞ്ഞതനുസരിച്ച അനുയായികളെ ജയിലിലടച്ചതും ശരിയായില്ല. അങ്ങനെയാണെങ്കിൽ ഞങ്ങളേയും തുറങ്കിലടയ്ക്കുക."

റെഡ്ഢി തന്റെ ഗമ ഒട്ടും കുറയ്ക്കാതെ എല്ലാം കേട്ടു.

സുന്ദരയ്യ തുടർന്നു:

"ഞങ്ങൾ സായുധസമരം നിർത്തി. തുടർന്ന് തിരഞ്ഞെടുപ്പിൽ പങ്കുകൊള്ളുന്നുമുണ്ട്. ഞങ്ങളുടെ ധീരന്മാരായ പല സഖാക്കളും ജയിലിലാണ്. അവരെ മോചിപ്പിക്കാമെന്ന് വാക്കുതന്നിരുന്നതാണ്. പക്ഷേ, ഇതേവരെ അത് നടന്നില്ല. അതിനാൽ തിരഞ്ഞെടുപ്പിൽ വേണ്ടപോലെ സഹകരിക്കാൻ ഞങ്ങൾക്ക് കഴിയുന്നില്ല. അവരെ വിട്ടയക്കുന്നില്ലെങ്കിൽ ഞങ്ങളെയും ജയിലിൽ കൊണ്ടുപോകൂ... ആദ്യം ഞാൻ തന്നെയാകട്ടെ."

"അതെങ്ങനെയാണ് നിങ്ങളെ ജയിലിലാക്കുക?"

"കസ്റ്റഡിയിലെടുക്കുകയോ ജയിലിലടയ്ക്കുകയോ എന്തുവേണമെങ്കിലുമാകാം. അതിനു പറ്റിയില്ലെങ്കിൽ എന്റെ സഹപ്രവർത്തകരെയും അനുയായികളെയും വിട്ടയക്കുക തന്നെ വേണം."

സഞ്ജീവറെഡ്ഢിക്ക് സ്വാതന്ത്ര്യസമരകാലഘട്ടം മുതലേ സുന്ദരയ്യയെ അറിയാം. അദ്ദേഹത്തിന്റെ മനസ്സ് ഒന്നയഞ്ഞു.

"ശരി നിങ്ങളുടെ അപേക്ഷ പരിഗണിക്കാം. അവരെ വിടാം. എല്ലാവരേയും ഒന്നിച്ചു വിട്ടയക്കാനാവില്ല. ബാച്ച് ബാച്ചായി വിടാം. കേന്ദ്രത്തിന്റെയും അനുമതി നേടണമല്ലോ."

"വളരെക്കാലമായി ജയിലിലുള്ളവരെ ആദ്യത്തെ ബാച്ചിൽ വിടണം. ഈ കാലനിർണയം അറസ്റ്റു ചെയ്തതുമുതൽ കണക്കിലെടുക്കണം.

കോടതിയിൽ ഹാജരാക്കിയ അന്നുമുതലല്ല. അതുപോലെ തന്നെ അഞ്ചു കൊല്ലത്തിൽ കൂടുതൽ ജയിൽശിക്ഷ അനുഭവിച്ചവരെ ഉടനെ വിട്ടയക്കണം."

ഈ വിധത്തിലുള്ള സുന്ദരയ്യയുടെ വാദഗതി സഞ്ജീവറെഡ്ഢി അംഗീകരിച്ചു. 1958 മുതൽ ഉള്ളവരെ വിട്ടയക്കാൻ തുടങ്ങി. 1960 ആഗസ്റ്റ് 15 വരെയുള്ള സഖാക്കളെ വിട്ടയച്ചു.

കാടുകളിലെ തുടർച്ചയായുള്ള യാത്രയും ദുർഗമങ്ങളായ അഭയകേന്ദ്രങ്ങളിലെ ഒളിവുജീവിതവും പലപ്പോഴും ഭക്ഷണം കിട്ടാതെ വന്നിരുന്ന അവസ്ഥയും അരോഗദൃഢഗാത്രനായിരുന്ന സുന്ദരയ്യയെ രോഗിയാക്കി മാറ്റിയിരുന്നു. 1960 ആയപ്പോഴേക്ക് രോഗം കലശലായി. കുടലിൽ അൾസർ പിടിപെട്ട് രക്തം ഛർദിച്ച് അദ്ദേഹം മദ്രാസിലെ ഒരു ആശുപത്രിയിൽ കഴിയുകയായിരുന്നു. എന്തോ അസുഖം ബാധിച്ച് സഞ്ജീവറെഡ്ഢിയും മദ്രാസിലെ ആശുപത്രിയിൽ ചികിത്സക്കായി എത്തി. വിവരമറിഞ്ഞ് അദ്ദേഹം സുന്ദരയ്യയെ കാണാനായി ചെന്നു. കുശലപ്രശ്നങ്ങൾക്കു ശേഷം സുന്ദരയ്യ ചോദിച്ചു:

"ഇനിയും കുറേപേർ കൂടി ജയിലിൽ നിന്നും പുറത്തുവരാനുണ്ട്. അവരെ എന്നാണ് വിടുക?"

അത്യന്തം അവശനായി ആശുപത്രിയിൽ കിടക്കുമ്പോഴും സുന്ദരയ്യ ചിന്തിച്ചിരുന്നത് തങ്ങളുടെ വാക്കുകൾ കേട്ട് സായുധസമരത്തിനിറങ്ങിത്തിരിച്ച, ജയിലിൽ കിടന്ന് നരകിക്കുന്ന, ആദർശധീരരായ സഹപ്രവർത്തകരെയും, അനുയായികളെയും കുറിച്ചായിരുന്നു.

"വരുന്ന ജനുവരി 26 ന് അവരെയും വിട്ടയക്കാം. അഞ്ചുവർഷം പൂർത്തിയായവരെ വിടാം എന്നല്ലേ നമ്മുടെ ഉടമ്പടി."

"അങ്ങനെയാണെങ്കിൽ ജനുവരി 26 കഴിഞ്ഞാൽ പിന്നേയും മൂന്നുപേർ ബാക്കിയുണ്ടാകും. ഉടമ്പടി എന്ന പേരിൽ അവരെ ഇനിയും ജയിലിൽ വയ്ക്കേണ്ടതുണ്ടോ? അവർ തന്നത്താൻ വിപ്ലവം സൃഷ്ടിച്ചവരല്ലല്ലോ."

സുന്ദരയ്യയുടെ മോശമായ ആരോഗ്യാവസ്ഥ കണ്ടതുകൊണ്ടോ, അദ്ദേഹത്തിന്റെ വാദഗതിയെ മറികടക്കാൻ കഴിയാത്തതുകൊണ്ടോ എന്തോ സഞ്ജീവറെഡ്ഢി സമ്മതം മൂളി.

"ശരി വിടാം." അദ്ദേഹം ചിരിച്ചു.

" ആ മൂന്നുപേരെ എന്തായാലും വിടാം. താങ്കൾ അവരെച്ചൊല്ലി വിഷമിക്കണ്ട. സന്തോഷമായിരിക്കൂ.... പൂർണ ആരോഗ്യവാനായി ആശുപത്രിയിൽ നിന്നും തിരിച്ചുവരാൻ എല്ലാ ആശംസകളും. നിങ്ങൾ നാടിന് ആവശ്യമുള്ള ഒരു നേതാവാണ്. ഇനിയും ഒരു മുപ്പതുകൊല്ലമെങ്കിലും ജീവിച്ചിരിക്കണം..."

മുഖ്യമന്ത്രി ഉറപ്പുനൽകിയപോലെ അവരെയെല്ലാം ജയിലിൽ നിന്ന് മോചിപ്പിച്ചു.

"കലാ വെങ്കിട്ടറാവു ഈ വിവരം എന്നെ അറിയിച്ചപ്പോൾ എനിക്കുണ്ടായ സംതൃപ്തിയും സന്തോഷവും ഇവിടെ രേഖപ്പെടുത്താൻ വാക്കുകളില്ല." സുന്ദരയ്യ തന്റെ ഓർമക്കുറിപ്പുകളിൽ കുറിച്ചിട്ടു.

"ജീവിതത്തിന്റെ ഈ വൈകിയ വേളയിൽ തെലങ്കാന സഖാക്കൾക്കുവേണ്ടി ചെയ്യാവുന്നതിന്റെ പരമാവധി ചെയ്തു എന്ന സംതൃപ്തിയാണ് എനിക്കുള്ളത്" എന്നും ആത്മകഥയിൽ അദ്ദേഹം രേഖപ്പെടുത്തിയിട്ടുണ്ട്.

കോടതിയിൽ കേസ് നടന്നുകൊണ്ടിരിക്കുന്ന സന്ദർഭങ്ങളിൽ ജഡ്ജിമാരോടും പാർട്ടിയോട് അടുപ്പം പുലർത്തിയിരുന്ന ചില സുഹൃത്തുക്കൾ മുഖേന രഹസ്യമായി ചില ശുപാർശകൾ ചെയ്യുവാൻ പോലും സുന്ദരയ്യ മുതിരുകയുണ്ടായി. നേതാക്കളുടെ വാക്കുകൾ കേട്ട് ജീവന്മരണ പോരാട്ടത്തിനിറങ്ങിയ സഖാക്കളെ ഏതുവിധത്തിലും രക്ഷപ്പെടുത്തുക എന്നതായിരുന്നു അദ്ദേഹത്തിന്റെ ലക്ഷ്യം.

തന്റെ ആത്മകഥയിൽ അദ്ദേഹം ഇങ്ങനെ എഴുതി:

"അന്നത്തെ ജഡ്ജിമാരിൽ ഭൂരിഭാഗവും സായുധസമരം സംബന്ധിച്ചുള്ള കേസുകളിൽ വളരെ ഔദാര്യത്തോടെയാണ് പെരുമാറിയിട്ടുള്ളത്. അക്കാലത്തെ ജഡ്ജിമാർ ഇപ്പോൾ എവിടെ എന്തുചെയ്യുന്നു എന്ന വിവരങ്ങളൊന്നും എന്റെ പക്കലില്ല. അവർ എവിടെയായിരുന്നാലും ഈ വൈകിയ വേളയിൽ ഞാനവരെ കൃതജ്ഞതാപൂർവം സ്മരിക്കുകയാണ്."

ജനങ്ങൾക്കുവേണ്ടി ജീവിച്ച നേതാവായിരുന്നു സുന്ദരയ്യ. തള്ളക്കോഴി തന്റെ കുഞ്ഞുങ്ങളെ ചിറകിനടിയിൽ ഒളിപ്പിച്ച് സംരക്ഷിക്കുന്നതുപോലെ, അദ്ദേഹം തന്റെ അനുയായികളെ വിശാലമായ ത്യാഗത്തിന്റെ ചിറകുകളിലൊളിപ്പിച്ച് സംരക്ഷിച്ചുപോന്നു.